Hoa Trầm Tưởng

Nhà Xuất Bản Nhân Ảnh
Copyright © 2021 Cao Thu Cúc
Không được sao, chép, in ấn, ghi âm tài liệu trong sách này dưới bất cứ hình thức nào mà không xin phép tác giả.
ISBN: 978-1990434150
Dàn trang: Nguyễn Thành
Hình tác giả: Tranh vẽ của Vũ Tiến Thuỷ
In tại Hoa Kỳ

Hoa Trầm Tưởng

Thơ

Cao Thu Cúc

NHÂN ẢNH
2021

CẢM NHẬN CỦA BẠN ĐỌC

• **Dòng Thời Gian:** *Thời gian dục dã, hay nhẹ nhàng? Là những khắc khoải trong thực tại, hay là những ước hẹn của tương lai? Trong bài thơ độc đáo này, Cao Thu Cúc mang độc giả đối diện với tâm tư của chính mình, của thân phận con người bị trói buộc bởi thời gian. Bị trói buộc hay sẽ vượt thoát khỏi trói buộc đó, sự lựa chọn của nhà thơ hình như đã ở câu thơ cuối: bằng cách đón nhận chứ không chối bỏ. Niềm tin và sự lạc quan là một cá tính nổi bật trong thơ Cao Thu Cúc.*

Gió Mới *nhiều suy tư mong ước. Cũng như trong nhiều bài thơ khác, Cao Thu Cúc ấp ủ nhiều hy vọng và tin tưởng ở tương lai.*

Thơ Và Đời *dễ thương, nhiều nhạc tính, hình ảnh độc đáo. Lời thơ nghe như tiếng ru của mẹ khi ôm con nhỏ trong vòng tay...*

Lê Hiền Lành, GS Việt Văn, Trường T. H. Thoại Ngọc Hầu, An Giang

• *Thơ Cao Thu Cúc sâu sắc, chạm đến những cảm xúc rất lắng rất sâu tận đáy lòng người.*

Bùi Thúy Nga, GV Anh Ngữ thành phố Hồ Chí Minh

• Biển Hát *là một bài thơ ngắn, nhưng đã xoáy vào lòng người như một bức tranh tả thực nhiều màu sắc đối lập nhau. Có đau thương, buồn nhức nhối, hãi hùng. Có hy vọng và tuyệt vọng. Rồi cũng có lúc biển lại lặng im cho ta thấy phong ba đau xót đã qua. Bình an ở trước mặt nhưng những mất mát quá to lớn dễ gì quên được...*
Đào Thị An, bạn đọc ở Houston, TX, U.S.A.

• Hỏi Bóng *sâu sắc và đầy trí tuệ.*
Lê Mỹ Dung, GS Việt Văn trường T.H. Ban Mê Thuột

• *Bài thơ* Người Hái Nấm *hay tuyệt. Có phải Thiên Tài bao giờ cũng cô đơn không?* Hát Cùng Bình Minh *là một khúc hát đầy lạc quan. Đúng, chỉ có sự lạc quan mới đem đến cho ta niềm vui sống và lòng yêu thương cuộc đời...*
Đỗ Bảo Hạnh, bạn đọc ở Đức

• *Thơ Cao Thu Cúc rất hay. Nhẹ nhàng và sâu lắng. Đọc rất thích.*
Thái Thị Mơ, GV Anh Ngữ, Thành Phố Hồ chí Minh

• *Rất xúc động khi đọc thơ Cao Thu Cúc. Thơ hay, sâu sắc... mang tính cách của một tâm hồn nổi loạn...*
Thân Thị Tố Tâm, GS Văn Chương trường Nữ Trung Học Gia Long, Sài Gòn

• *Những bài thơ của Cao Thu Cúc giàu chất suy tư và trí tuệ, tình cảm thì nhẹ nhàng kín đáo bàng bạc trong từng câu từng lời, đề tài phong phú, giàu cảm xúc, cảm hứng đến tự nhiên... Tôi thích những câu cuối trong nhiều bài thơ của CTC, nó mang một giá trị đúc kết, một ý nghĩa đặc biệt, giản dị thôi mà như là chân lý:*

Pascal lặng thinh.
Trầm tư nhìn về cánh đồng trước mặt
Nơi đó
Kẻ vô thần nhìn theo và chợt thấy
Bên bờ lau sậy xanh xanh
Một bông sen hồng hé nở.
(Lãng Tử và Bông Sen Hồng)

Bài thơ con viết tiếp
Bằng tâm huyết đời mình
Thời gian trôi bất diệt
Vẫn ấm lên chút tình.
(Thơ và Đời)

Là bản thể được thắp sáng của đời ta sắp đến hồi kết thúc?
Hay là sự tồn sinh sau cùng còn mãi?
Ta là bóng hay bóng chính là ta?
(Hỏi Bóng)

Lê Mỹ Dung, GS Việt Văn trường T.H. Ban Mê Thuột

Thơ là sự phối hợp giữa niềm vui nỗi đau và điều kỳ diệu, cùng với một ít ngôn từ được xác lập.

Kahlil Gibran
(Poetry is a deal of joy and pain and wonder, with a dash of the dictionary. Kahlil Gibran, *Sand and Foam*)

MỤC LỤC

Cảm nhận của bạn đọc | 5
Lời cám ơn | 14
Lời tác giả - Phút Giao Cảm | 15

Huế Quê Ngoại | 20
Huyền Thoại Con | 22
Nắng Hồng Réo Gọi | 24
Hạnh Phúc Từ Đâu Đến | 26
Ngôi Nhà Đầu Xuân | 28
Âm Vang Mùa Xuân | 29
Nàng Tiên Nhỏ | 30
Nơi Ấy Khi không Có tôi | 32
Sóng Vô Tư | 34
Tuổi Hồng Xôn Xao | 36
Chào Tuổi Mười Sáu | 37
Không Nhà | 38
Hát Cùng Bình Minh | 40
Bóng Tối và Ánh Sáng | 42
Khúc Hát Yêu Đời | 44
Con Đường | 46
Thơ và Đời | 48
Về Thăm Chốn Xưa | 50
Biển Hát | 52
Cô Gái Nhỏ | 54
Đêm Biển | 56
Dòng Thời Gian | 57
Gặp Lại Em | 60

Ngàn Cánh Hạc | 62
Mây Lang Thang | 64
Khóc Bạn | 66
Thơ Tặng Đất | 68
Ước Vọng Xanh | 70
Kyrie | 72
Giấc Ngủ Hoa Hồng | 74
Hoa Vô Thường | 75
Ngọn Lửa Vô Thường | 76
Gió mới | 80
Ánh Sáng của Một Ngôi Sao | 82
Hoa Đào và Sóng Thần Tsunami | 84
Dòng Sông Xanh | 86
Hương Sói | 88
Kẻ Cắp | 89
Còn... Không? | 90
Những Đôi Mắt | 92
Quê Người Gặp Bạn | 94
The Thinker | 96
Người Ở Đâu? | 98
Người Là Ai? | 100
Ngôi Nhà Đầy Nắng | 102
Hỏi Bóng | 104
Ký Ức | 106
Giờ Thứ 25 | 108
Lãng Tử và Bông Sen Hồng | 110
Ngôn Ngữ | 112
Kẻ Vô Hình | 114
Rừng Thu | 117

Hoa Hồng Tặng Wislawa Szymborska | 118
Người Hái Nấm | 120
Bên Kia Bờ Cỏ Xanh | 122
Icarus | 124
Hoa Hồng và Mẹ | 126
Kiến Thức | 127
Điểm Hẹn của Thượng Đế | 130
Hoa Mandala | 132
Cánh Cửa Mùa Thu | 134
Sợi Tơ Vàng | 136
Nỗi Nhớ | 138
Ở Nơi Người Không Có Mặt | 140
Tổ Tông của Loài Người | 141
Chiếc Bóng Thời Gian | 142
Thơ Tặng Người | 144
Narcissus | 148
Khóc Tăng Bạt Hổ | 150
Đôi Mắt Medusa | 152
Nắng Sài Gòn | 154
Rosetta và Philae | 156
Vẽ Thế Gian | 158
Mẹ | 160
Biển Đau | 162
Starry, Starry Night | 165
Cây Hoa Độc Cần | 168

Phụ lục:
Bên Kia Bờ Cỏ Xanh, Nhạc: Tôn Thất Lan, Thơ: Cao Thu Cúc | 172

Tặng chồng tôi
Và các con Quân Su Na Luân

CÁM ƠN NGƯỜI

Cám ơn Đời
Đã cho ta một chỗ đứng dưới ánh mặt trời
Cho ta nếm trải ngọt bùi cay đắng
Hạt bụi đời mê mải rong chơi
Ta chắt chiu từng giọt mật hương đời
Viết thành bài thơ ca ngợi cuộc đời.

Cám ơn Hai Đấng Sinh Thành
Người đã vì con chịu bao cam khổ
Nuôi con khôn lớn hằng ngày
Cho tất cả
Vẫn thấy còn chưa đủ
Hy sinh không cần đền đáp

Người đã đi xa
Để lại cho con nỗi nhớ thương trùng trùng tháng năm vô tận!

Cám ơn Người
Đã một lần cho con được sinh ra làm người.

PHÚT GIAO CẢM

Tôi yêu thơ. Có lẽ tình yêu ấy bắt nguồn từ những lời hát ru của Mẹ tôi. Mẹ ru tôi từ lúc tôi còn chưa hiểu gì, rồi mẹ ru em tôi em tôi em tôi. Những lời ru của Mẹ đã nhập vào tâm thức tôi một âm điệu thâm trầm của sông nước xứ Huế quê Mẹ. Những lúc Mẹ ngồi bên nôi nhìn con của Mẹ, Mẹ cất tiếng ru. Giọng Mẹ tôi trong thanh và cao, nghe xa vắng như vọng lại từ những giấc mơ không thành hiện thực. Tôi nhớ mãi những câu thơ Mẹ từng hát ru chúng tôi:

Đêm khuya giấc điệp mơ màng
Kìa ai bế ẵm kìa ai dỗ dành
Ấy là cha mẹ sinh thành...

Những lúc mây hoàng hôn tím giăng giăng ở chân trời xa xa, Mẹ lại ngâm:

Bước tới Đèo Ngang bóng xế tà,
Cỏ cây chen đá lá chen hoa.
Lom khom dưới núi tiều vài chú,
Lác đác bên sông chợ mấy nhà...

Mẹ tôi thích thơ của Bà Huyện Thanh Quang, thơ Hồ Xuân Hương, Mẹ thích Truyện Kiều của Nguyễn Du, truyện Lục Vân Tiên của Nguyễn Đình Chiểu... Những ngày cuối cùng trên giường bệnh, Mẹ tôi vẫn còn đọc cho tôi nghe cả trăm câu thơ trong Truyện Kiều. Cảnh mùa Xuân tình tứ cùng với hình ảnh hai nàng Kiều là đoạn thơ tôi đã từng nghe từ khi chưa đọc được Truyện Kiều:

Ngày xuân con én đưa thoi,
Thiều quang chín chục đã ngoài sáu mươi
Cỏ non xanh rợn chân trời
Cành lê trắng điểm một vài bông hoa...

Đặc biệt Mẹ tôi đã chọn một câu thơ trong Truyện Kiều để làm nên hai cái tên có nhiều ý nghĩa của em tôi và tôi, rất ấn tượng, đó là:

Xuân Lan Thu Cúc mặn mà cả hai.

Tôi yêu thơ như tình mẹ yêu con.

Rồi cũng đến lúc tôi hát ru con tôi. Thơ tôi có dịp tuôn tràn, bất kể những cuộc tranh luận về thơ đã xảy ra từ thời Platon, Aristote, về giá trị của thơ, vai trò của thơ, ảnh hưởng của thơ đối với xã hội, hình thức của thơ phải thế này thế nọ thế kia...

Lịch sử của thơ Việt Nam cũng đã thay đổi qua nhiều thời kỳ, từ thơ Cổ Điển đến phong trào Thơ Mới, thơ Hiện Đại và gần đây nhiều người còn hô hào Việt Nam hãy xây dựng một nền thơ Hậu Hiện Đại với hình thức nội dung phá cách và đột phá... Tuy nhiên lịch sử cũng cho thấy rằng, hình thức của Thơ đôi khi cũng bị chi phối bởi cảm xúc. Hay nói một cách khác, chính cảm xúc đã tạo nên cái áo mặc cho thơ. Chính vì vậy, dù là thơ Cổ Điển với nhiều quy ước luật lệ nhưng vẫn có những biến cách để nhà thơ trong quá khứ có thể diễn tả được một cách linh hoạt mới mẻ những cao trào tình cảm đặc biệt của mình.

Theo tôi, một bài thơ đạt đến sự rung động nơi người đọc phải xuất phát từ những rung động chân thật thâm sâu từ trái tim của tác giả. Thơ phải phá vỡ hình thức của nó để nói lên được những cảm nhận những suy tư sâu xa trong tâm hồn người viết. Paul Valery, nhà thơ lãng mạn Pháp (1871- 1945) đã nói một câu nghe khá ngộ nghĩnh với một hình tượng rất độc đáo: *Văn xuôi ví như đi bộ, thơ là nhảy múa* (Prose was walking, poetry dancing.) Carl Sandburg, nhà thơ Mỹ (1878- 1967) người đã hai lần đoạt giải Pulitzer về thơ (1919, 1940) và một lần về Văn (1951) đã đưa ra ba mươi tám định nghĩa về thơ, và tôi tâm đắc câu số mười: *"Thơ là nhật ký của một sinh vật biển sống ở đất liền, và muốn bay bổng trên không trung."* (Poetry is a journal of a sea animal living on land, wanting to fly the air). Wislawa Zymbroska, nhà thơ Ba Lan (1923-20120) người đã đoạt giải Nobel năm 2006 đã nói về thơ một cách rất riêng. Thơ của bà giàu chất trí tuệ nhiều suy tư và nhiều khám phá bất ngờ. Bà nhấn mạnh đến chữ "Tại sao" (why) để đưa ra ánh sáng những bí ẩn sâu kín trong thế giới quanh chúng ta…

Nói chung, mỗi nhà thơ đều có quan điểm riêng, để lại dấu ấn riêng. Vì thế, theo tôi, không nên chạy theo một trào lưu hay một tiêu chí nào. Giá trị của thơ không nằm ở hình thức hay ở mục đích gò ép, cho nên chúng ta hãy để cho thơ tung cánh bay trên bầu trời cao rộng không biên giới theo đúng ý nghĩa của ba chữ Thơ Tự Do.

Không mang một danh hiệu đặc biệt nào, và cũng không phải sáng tác vì sự thôi thúc của nghề nghiệp, đơn giản tôi thích thơ tôi đọc thơ và tôi viết thơ. Tôi muốn ghi lại những suy tư những đau buồn những rung cảm của riêng mình về cuộc sống đầy biến động trong suốt con đường dài tôi đã đi qua.

Thơ tôi là sự giao cảm giữa tâm thức và bí ẩn của cuộc sống, là những rung động trước vẻ đẹp xảy ra trong nhiều khía cạnh khác nhau của tình người tình đời, tôi muốn khám phá những gì còn ẩn kín đằng sau bức tranh hiện thực nhiều màu sắc đối lập của cuộc sống quanh chúng ta.

Con đường dài tôi đã đi qua mà tiếng vọng của cuộc sống của đời người đã đọng lại trong tôi những số phận những đau thương những khát vọng những ước mơ... Cuộc sống ấy và những mảnh đời như thế đã gây cho tôi nhiều bồi hồi xúc cảm và trái tim tôi tự nó đã chọn lọc một số ngôn từ hình ảnh âm điệu để ngợi ca, để tán dương để hân hoan chào đón hay thầm lặng ẩn chứa những nỗi đau khó nói nên lời...

Ta chắt chiu từng giọt mật hương đời
Viết thành bài thơ ca ngợi cuộc đời.

Không phải là một trò chơi của chữ và nghĩa, giống như một bức tranh siêu thực hàm chứa nhiều câu đố, bài thơ gieo rắc trên giấy những hạt mầm của suy tưởng mà sự ghép nối của ngôn từ sẽ làm tung bay và bùng vỡ những lời vang vọng. Ngôn ngữ của thơ như một trò chơi phù thủy hay như một chiếc kính vạn hoa có thể vẽ được những rối rắm những suy tư sâu kín những trầm tư suy tưởng của một tâm hồn nhạy cảm nhiều rung động nhiều ước mơ nhiều băn khoăn khắc khoải; hàm chứa những lời cật vấn, một niềm hy vọng, một trời ước mơ, một nỗi mong chờ… Những xôn xao rung động đang chờ đợi sự đồng cảm, những câu hỏi đang chờ đợi câu trả lời từ phía người đọc, từ cuộc đời, từ hiện thực cuộc sống và thời gian đang tuôn đổ từ tương lai.

Hiện tại là cơn gió vô thường, tương lai đang trở thành quá khứ. Hồn thơ của thi sĩ như một cung đàn ngân rung mãi với thời gian.

Cao Thu Cúc

HUẾ QUÊ NGOẠI
(Kính dâng Hương Hồn Ngoại kính yêu)

Huế quê Ngoại là những ngày nắng cháy
Đi học về phải đội nón bài thơ
Cầu Trường Tiền ai đó đứng ngẩn ngơ
Chân bước vội nghe một trời gió thổi.

Huế quê Ngoại có những ngày ve kêu ran
Ngồi học trong vườn mắt liếc bướm vàng
Trái ổi chín trên cao trái đào đỏ mọng
Trái hồng quân theo gió đong đưa.

Huế quê Ngoại có những chiều thu bối rối
Những ngày đông buồn nhớ tái tê
Bão lụt cứ mỗi mùa như ước hẹn
Dội vào lòng người dân Huế yêu quê.

Huế quê Ngoại có những ngày xuân dìu dịu
Mưa không nhiều mưa chỉ đủ thấm vai
Đón những người bước đến thôn Mai
Nghe pháo nổ giữa trời xuân rộn rã.

Huế yêu ơi có nhớ Ngoại hiền từ?
Bà nằm đó như quê hương êm ả
Nhớ những người con vội vã ra đi
Giữa những ngày bốn bảy chia ly.

Bà nằm đó bên dòng sông đang chảy
Dòng Hương Giang xao động đêm ngày
Mang cuộc đời nhiều trắc trở trôi đi
Ngọn gió trên sông còn muốn nói gì?

Bà nằm đó chiều chiều con cháu đến
Kết tóc tơ thành một vòng hoa
Như ngày xưa Bà cùng ai đi dự hội
Làm mơ màng Bà nhớ lại ngày xưa.

Quên tuổi già Bà sống lại như mơ
Như Huế hồi sinh sau những ngày điên đảo.

Bà Ngoại tôi đã ra đi theo thời gian
Quê Ngoại tôi đi theo dòng lịch sử
Hai dòng đời ở trong tôi bất tử
Ôi! Thương nhiều. Nhớ lắm. Huế yêu ơi!

Tháng 4/1980

HUYỀN THOẠI CON
(Mừng sinh nhật con trai yêu quý)

Thuở con chưa ra đời
Ngày đêm chưa phân biệt
Đất trời chưa gặp nhau
Núi sông còn cách biệt
Con thân yêu ơi giờ đang ở nơi đâu?

Ở xứ sa mù
Mặt trời buồn không mọc
Chim buồn không muốn hót
Gió buồn không ngân nga
Cây buồn không trổ lá
Mẹ buồn tìm con thơ.

Lòng đại dương thăm sâu
Thủy cung mờ mịt lối
Tiếng cười không vang đâu?
Ngư nhân nào chẳng thấy
Bóng con vương lệ nhòa.

Mẹ gặp con trên cao
Trong sáng lòa rực rỡ
Tiếng cười như thủy tinh
Làm trần gian bỡ ngỡ.

Con đùa trong nắng đào
Lấp lánh như vì sao
Đến khi chừng thấm mệt
Ngồi yên bên gốc đào.

Mẹ nhìn con thật gần
- Thiên thần riêng của mẹ!
Con mở mắt tần ngần
Bỗng òa lên gọi: - Mẹ!

Từ đó con ra đời
Cho ngày đêm chuyển tiếp
Cho đất trời gặp nhau
Muôn chim cùng ca hót
Mặt trời hồng đẹp sao!

Tháng 1/1972

NẮNG HỒNG RÉO GỌI
(Mừng sinh nhật con gái cưng quý)

Nếu em không ra đời
Hừng đông ai đón nắng?
Ai chớp mắt nhìn trời?
Nắng hồng nào réo gọi?

Nếu em không ra đời
Mùa xuân đầy hoa nở
Ai nhìn hoa bỡ ngỡ
Như một ngày hôm nay?

Nếu em không ra đời
Nhạc chiều ai vấn vương
Hoa sói hương xao xuyến
Ai hái khi còn sương?

Nếu em không ra đời
Vắng má hồng soi gương
Con đường đi đến trường
Gió đùa tóc vương… vương…

Nếu em không ra đời
Sân nhỏ ai tung tăng
Gác nhỏ buồn im vắng
Vòng tay mẹ hững hờ!

Nếu em không làm người
Đâu biết niềm vui ấy
Ước vọng bừng muôn sao
Tình thương thêm ngọt ngào.

Tháng 2/1982

HẠNH PHÚC TỪ ĐÂU ĐẾN
(Mừng sinh nhật con gái cưng quý)

Buổi sáng chim ríu rít
Gió lao xao đưa cành
Như chào em đến lớp
Như chào em đến trường.

Con gái mười ba tuổi
Mắt tròn xoe nhãn lồng
Mẹ gọi em Mi Nhỏ
Ba gọi em Má Hồng
Ngây thơ em hỏi nhỏ:
Má Hồng đẹp hay không?

Em đi gió nô đùa
Em về nắng nhảy múa
Sợ nắng hay má hồng
Mẹ hôn em thắm nồng.

Em nhìn bầu trời hồng
Rồi bầu trời trong xanh
Vẽ thành trăm hình nhỏ
Có hình nào giống em?

Rồi chiều lên nhè nhẹ
Gió chiều len khe khẽ
Ôm em mẹ thì thầm:
Hạnh phúc từ đâu đến?

Như gió thổi về đâu?
Chỉ biết chiều thu ấy
Thổi hồn ta dạt dào.
Khúc nhạc chiều dâng cao...

Tháng 9/1986

NGÔI NHÀ ĐẦU XUÂN

(Tặng các em học sinh nhỏ ở trường Bùi Thị Xuân, Đà Lạt)

Đầu năm em hỏi: - Nhà cô đâu?
Tôi cười khẽ bảo rằng: - Tôi không nhà.
- Thế cô trú ngụ nơi nào?
- Chân tôi đạp đất đầu tôi đội trời
Giường tôi là mảnh đất này
Trời kia là cả mái nhà thân yêu.
Khi buồn ngắm cảnh cung trăng
Khi vui vui với đầu xanh học trò.

Học trò nhớ đến thăm tôi
Vui xuân lấy cả đất trời hàn huyên.

Đà Lạt 1970

ÂM VANG MÙA XUÂN

Tiếng ai gọi đâu đây
Vu vơ bên đồi cỏ
Vu vơ trên rừng hoang
Bâng quơ ngàn suối nhỏ.

Tiếng ai gọi xa xa
Lang thang ngàn lời gọi
Từ đồng quê nội cỏ
Bên suối rừng ươm hoa

Có ai gọi tôi không?
Sao lòng thấy bồn chồn
Muôn hoa đang xao động
Sông nước cũng chảy dồn.

Gọi tôi từ xa vắng
Gọi tôi từ mênh mông
Gọi tôi…chừng đâu đó…
Rừng đào chớm đầy bông.

Ai gọi tôi âm vang?
Hương xuân dâng ngập tràn
Xôn xao mai vàng nở
Mùa xuân! Mùa xuân sang!

Đà Lạt, 1980

NÀNG TIÊN NHỎ
(Mừng sinh nhật con gái cưng quý)

Có một vì sao nhỏ
Long lanh muốn vào đời
Mẹ đưa tay hứng lấy
Thành mắt con tuyệt vời

Có một vì sao nhỏ
Trần gian muốn nô đùa
Mẹ đưa tay vẫy gọi
Lòng con vui dạt dào

Có một vì sao nhỏ
Trên cao muốn nói gì
Rì rào như suối biếc
Muôn lời con ngọt ngào

Có một vì sao nhỏ
Nửa đêm tỉnh giấc nồng
Mẹ cha cùng đón đợi
Mà lòng đầy hân hoan

Có một nàng Tiên nhỏ
Bồng Lai chán cõi trời
Xuống trần tìm cảnh lạ
Giữa mùa xuân rộn ràng.

Tháng 2/1990

NƠI ẤY KHI KHÔNG CÓ TÔI

Không có tôi nơi ấy
Mùa khai trường vẫn mở
Cổng trường vẫn đúng giờ
Sân trường vẫn tấp nập
Thiếu vắng ai bao giờ.

Không có tôi nơi ấy
Thời gian có ngỡ ngàng?
Chuông reo trống vẫn điểm
Thiếu dáng ai nhẹ nhàng?

Không có tôi nơi ấy
Học trò có bâng khuâng?
Có thấy lòng xao xuyến?
Nhớ bóng ai hao gầy?

Không có tôi nơi ấy
Gió có ngẩn ngơ sầu?
Tiếc chân ai nhè nhẹ
Vấn vương trên hoa vàng?

Không có tôi nơi ấy
Tiếng giảng bài vẫn vang
Thâm trầm và nồng ấm
Thắp lên bao lửa hồng.

Không có tôi nơi ấy
Mai nở có đầy bông?
Mùa xuân gió vẫn thổi
Nhớ thương ai bàng hoàng!

Trường Gia Long 9/1990

SÓNG VÔ TƯ

(Mừng sinh nhật con trai yêu quý)

Sóng biển vô tư
Bốn mùa to nhỏ
Đuổi nhau không ngừng
Con yêu của mẹ
Nô đùa vui không?

Sóng biển đầu ghềnh
Bồn chồn giục giã
Chào nhau trăm ngả
Gọi nhau ngàn lời.

Sóng biển xoay tròn
Rì rào trong gió
Cùng muôn bạn nhỏ
Cười vang ồn ào.

Trùng dương bao la
Sóng nước khơi xa
Có bao điều lạ
Con yêu của mẹ
Đi sao chưa về?

Sóng biển bạc đầu
Vào bờ nhè nhẹ
Con yêu của mẹ
Về nhà lao xao.

Sóng biển nhấp nhô
Thành cơn sóng lớn
Xôn xao muôn trùng
Con yêu của mẹ
Ngàn lời reo vui…

Tháng 8/1990

TUỔI HỒNG XÔN XAO

(Tặng sinh nhật con gái cưng quý)

Một chút trời thêm xanh,
Một chút nắng thêm hồng,
Một chút bừng trong mắt,
Một chút thêm vào lòng.

Đã qua thời niên thiếu,
Đã qua tuổi vô tư,
Trong vùng hoang tuổi nhỏ,
Đã qua buổi dại khờ.

Chợt nghe nhiều lưu luyến,
Chợt thấy trời mênh mông,
Đàn ngân ai buông phiếm,
Chợt nghe xôn xao nhiều.

Khi em thành thiếu nữ
Cỏ hoa reo thì thầm...

Khi em thành thiếu nữ,
Ra đường gió vấn vương,
Ra đường hương tóc thoảng,
Nụ hồng nở bâng khuâng...

Tháng 9/1990

CHÀO TUỔI MƯỜI SÁU
(Tặng sinh nhật con trai yêu quý)

Cho con bài thơ đẹp vần
Cho con điệu hát trong ngần thiết tha
Cho con mười sáu năm qua
Trò chơi đuổi bắt trôi qua giấc nồng
Giờ đây còn lại mênh mông
Tuổi thanh xuân với trời hồng bao la
Cuộc đời đẹp tựa mơ hoa
Đón con tỉnh giấc suối nguồn véo von

Đường đời mở lối xôn xao
Thênh thang mây trắng trời cao thỏa lòng.

Tháng 8/1991

KHÔNG NHÀ
(Tặng các con thân yêu)

Nhà là nơi con sinh ra đời
Mẹ không có nhà sinh con giữa biển đời bao la
Con yêu ơi trên chiếc bè lau sậy
Con hãy bơi cùng mẹ cùng cha.

Nhà là nơi ghi dấu của tuổi thơ hoa dại
Nơi còn vang vọng mãi tiếng cười con
Tiếng cười trong mắt tiếng gọi trong mơ
Mẹ không có nhà
Con đuổi bắt miền sa mạc nắng cháy
Bỏng đôi chân và nám cả đôi tay.

Nhà là nơi trở về sau những ngày biển động
Được đặt chân lên ngưỡng cửa bình yên
Nghe ngọt ngào một dòng chảy vô biên
Nhà không có
Con rong ruổi hết nửa đời phiền muộn
Mẹ ru con lòng dạ ngậm ngùi.

Ơi ngôi nhà trên cao
Trong nắng vàng sao
Nửa đêm tỉnh giấc
Gió trăng dạt dào.

Con yêu ơi hãy hướng đến ngôi nhà mới
Ở chốn hừng đông trời rực sáng ánh bình minh.

Sài Gòn 1985

HÁT CÙNG BÌNH MINH

Học trò gọi tôi là cô giáo
Con cái gọi tôi là mẹ hiền

Là cô giáo
Đêm đêm tôi thao thức cùng ánh đèn tri thức
Là mẹ hiền
Ngày ngày tôi tất bật cùng với tiếng gõ nhịp của thời gian

Hết vội vàng và hết cả lo toan
Trong đêm sắp tàn
Nhìn chiếc bóng chênh vênh tôi tự hỏi
Tôi là ai?

Ngẩng lên nhìn bầu trời sao mênh mông
Cúi xuống dòng đời cuồn cuộn chảy
Tôi là ai?
Giữa bờ bến vô cùng?

Tôi là ai?
Trong cuộc sống mỏi mòn?
Dẫu làm người giữa phiền muộn của nhân gian
Xem danh lợi như phù vân gió thoảng

Và mỗi sáng trong bình minh rực rỡ
Cất cao lời ca ngợi ánh quang minh.

Sai Gòn 1985

BÓNG TỐI VÀ ÁNH SÁNG

(Tặng các con thân yêu)

Bóng tối âm u khi con chưa ra đời
Bóng tối trong lòng mẹ
Bóng tối trong lòng cha
Tối trong lòng cuộc đời

Bóng tối vây quanh khi con chưa đi đến trường
Bóng tối trong mắt
Bóng tối trên trang sách
Bóng tối trên cả nốt nhạc khi chưa có cây đàn guitar

Bóng tối mông lung như sương mù giăng đầy xứ lạnh
Trong cõi lòng ai giá rét hoang vu
Sương mù giăng che lấp ngọn lửa hồng
Không thấy ấm vì một tình bạn giữa mùa đông
Không thấy sáng vì một cành hồng đang nở trên quê hương
Vì một bóng hình mà ta sẽ mến thương

Từ hương hoa đồng nội
Như hương hoa của đất trời
Hương hoa của cuộc sống
Cho con cả cuộc đời
Cho con trái tim người
Biết yêu thương ca hát

Ánh sáng trên trang sách
Ánh sáng soi đêm ngày
Ánh sáng reo miệt mài
Trên muôn ngàn nét chữ
Soi cho con đường dài
Soi hoài không yên nghỉ

Không như ánh sao băng vụt tắt trên bầu trời
Như dòng ánh sáng ngọt ngào trôi vào vô tận
Sự sống thắp lên bao nỗi đam mê
Rồ dại cháy trong tháng ngày chật chội
Cháy trên trang đời còn mãi mới nguyên
Vẫn cháy hoài một ngọn lửa triền miên

Vùng ánh sáng có làm con bối rối?
Như ngày đêm hối hả đến bình minh
Con yêu ơi hãy là ánh bình minh rực rỡ
Soi cuộc đời đầy bóng tối mông lung.

Tháng 1/1990

KHÚC HÁT YÊU ĐỜI
(Tặng các con yêu quý)

Hãy hát lên con thân yêu ơi!
Khúc hát yêu cuộc đời,
Khúc hát mang tình người,
Khúc hát mời bạn bè.
Hãy hát cho quên buồn đau,
Hát cho tan hận thù.

Hãy hát lên cho giấc ngủ con thêm nhiều mộng đẹp,
Chúng ta phải sống hai lần vì đời có dài đâu.
Hãy hát lên vì niềm vui không cần duyên cớ,
Con hãy hát lên ca ngợi ánh mặt trời,
Hãy hát lên vì chúng ta còn ngồi bên nhau,
Vui vì đời còn mãi có nhau.

Hãy hát lên con thân yêu ơi!
Vì tuổi thơ con dạo khúc ban đầu
Hơi thở của quê hương ru con từng giấc ngủ,
Từ trong nôi tiếng nhạc còn ngân vang.

Cho chim én dệt mùa xuân bất tận,
Cho cây đời xanh mãi màu yêu thương.

Hãy hát lên con thân yêu ơi!
Vì đời là một chuyến tàu phải đi đến nơi,
Chân dấn bước, con yêu ơi hãy hát,
Quên đường dài vui mãi với thời gian.
Cô thợ dệt hát khúc gì dòn dã?
Dệt tháng ngày xanh biếc như mơ.

Như dòng sông đêm ngày nhớ biển,
Tiếng rì rầm vang mãi trong đêm,
Vượt thác ghềnh càng thấy nhớ biển thêm,
Nên khúc hát càng vang lên náo nức.
Con hãy hát khi bước đời khuất khúc,
Như dòng sông gặp thác bất ngờ…

Như dòng sông đến biển nào ngờ,
Bỗng thấy đời mình nhỏ bé gì đâu!
Chớ ngần ngại, con yêu ơi hãy hát,
Hãy bắt đầu khúc nhạc con chưa quen.

Hãy hát lên con thân yêu của mẹ,
Cuối cuộc đời con hãy hát khúc nhạc vui.

Sài Gòn 1996

CON ĐƯỜNG
(Tặng các con thân yêu)

Tôi vẽ một con đường thô sơ,
Con đường làng đất đỏ,
Lại vẽ thêm vài cụm hoa bãi cỏ,
Có bóng mát cây to,
Vài đứa trẻ chơi lò cò ở đó,
Bỗng dừng lại tròn mắt to hỏi nhỏ:
"Sao mẹ vẽ con đường quá nhỏ?
Không diệu kỳ như trong truyện thần tiên?"

Tôi xóa đi rồi vẽ lâu đài,
Vẽ con đường trải thảm đỏ,
Lại vẽ thêm ngôi nhà xinh xinh nho nhỏ,
Có vườn hoa dòng suối chảy quanh,
Vẽ ngôi nhà đẹp tựa trong tranh,
Hạnh phúc nhỏ trên đường đời bình lặng.
Đứa bé vẫn vùng vằng hờn dỗi:
"Mẹ vẽ toàn những điều không thật,
Thế giới mẹ vẽ như là đã chết,
Thiếu ghềnh thác không trò chơi mạo hiểm,
Thiếu bầu trời cây trí tuệ đìu hiu!"

Đứa bé cầm trong tay cây bút màu kỳ diệu,
Vẽ một đường thẳng chạy vào tương lai.
Con đường bỗng hóa thành bất tận,
Bát ngát bầu trời lấp lánh vạn vì sao,
Cuộc sống thật cũng ùa vào trong đó,
Cả lịch sử của hai mươi thế kỷ,
Cũng hiện ra như cánh cửa nhiệm màu.
Đứa bé cười vang: "Con sẽ bắt đầu từ đó".

Những đứa trẻ đã lần lượt ra đi mang theo tấm bản đồ trong trí tưởng,
Tìm kiếm tương lai
Chinh phục ngày mai.

Ta ngồi lại trong ngôi nhà cổ tích,
Ước một ngày mình vỗ cánh bay lên,
Làm đám mây che mát đường con đi…

Sài Gòn 2001

THƠ VÀ ĐỜI
(Tặng các con thân yêu)

Bài thơ đời con viết,
Từ thuở mới lọt lòng,
Con nằm hát ê a,
Chào cuộc đời xa lạ,
Mặt trời hồng êm ả,
Bài thơ vần lục bát,
Ngân nga điệu dân ca.

Nước sông Hương êm ả,
Dòng Thạch Hãn hiền hòa,
Bài đồng dao viết vội,
Trên cánh diều tuổi thơ,
Bài thơ như ánh trăng
Lăn theo chiếc đèn cù,
Bên gốc đa chú cuội,
Vui chơi quên về nhà.

Bài thơ vẫn là thơ,
Khi con đang hờn dỗi,
Khi con còn bối rối,
Chân nhỏ bước vào đời,
Trần gian muôn ngàn lối,
Con gieo vần độc chiêu.

Gió đời thổi bao la,
Thiên hà ngàn lời gọi,
Con chọn vần rất lạ,
Bài thơ con lạc lõng,
Rơi xuống cõi hồng trần,
Sợ con rồi cô độc,
Mẹ kéo con lại gần.

Cuộc sống vẫn âm vang,
Mộng ước vẫn tuôn tràn,
Bài thơ con đang viết,
Nét chạm trổ xấu đẹp,
Tùy theo tâm của mình.

Bài thơ con viết tiếp,
Bằng tâm huyết đời mình,
Thời gian trôi bất diệt,
Vẫn ấm lên chút tình.

Sài Gòn 2006

VỀ THĂM CHỐN XƯA

Chốn xưa ở trong tôi,
Trong trời cao xanh thắm
Trong nắng vàng lao xao,
Trong màu đào rực rỡ.

Chốn xưa ở trong mơ,
Trong thương nhớ ơ hờ,
Mây quen sà xuống thấp,
Muốn nói gì mây ơi?

Chốn xưa ở trên cao,
Trên đồi thông lộng gió,
Còn nhớ chăng năm nào?
Rừng khuya trăng bỏ ngỏ.

Trời Noel se lạnh,
Mimosa thì thầm,
Hương tình vương trong gió
Trong không gian trong ngần.

Chốn xưa nay còn không?
Cây hồng trồng trước ngõ?
Ươm tơ vàng trong gió?
Mái trường xưa hẹn hò?

Chốn xưa nay về đây,
Ánh hồng vương chân mây,
Đào hồng còn rực rỡ,
Cánh hồng xưa úa tàn.

Nhìn hồng buồn lặng lẽ
Bóng thời gian phũ phàng!
Ai làm rơi thật khẽ?
Cánh thời gian nhẹ nhàng?

Người xưa trong mắt nhớ,
Tình xưa dâng vơi đầy,
Chốn xưa còn bỡ ngỡ,
Mùa xuân về xôn xao!

Đà Lạt 1987

BIỂN HÁT

Dữ dội và dịu êm,
Hiền hoà và hung bạo.
Đó là biển.

Tôi nghe trong sóng biển
Tiếng cười nói bi bô,
Điệu hò hạnh phúc,
Khát vọng ra khơi của những người con yêu biển,
Tiếng vọng tương lai trong những buổi đẹp trời,
Rằng con cái sẽ sống đời no ấm.

Tôi nghe trong lòng biển,
Tiếng gào thét
Tiếng kêu cứu
Nỗi kinh hoàng tuyệt vọng.
Tiếng kêu cứu của những con người vô tội,
Những phận đời lam lũ cột chặt với thuyền chài,
Với lưới câu,
Tôm cá.
Những chiếc tàu mất tích,
Những người cha chưa về,
Những người con, người anh, người yêu
Ngày đêm đang còn trôi dạt…

Tôi nghe trong gió biển
Lời than buồn của những nàng Vọng Phu
Theo tiếng gió gọi hồn quanh quẩn mãi trên quần đảo Trường Sa, Hoàng Sa
Nơi dấu chân của Long Quân dẫn con cùng Âu Cơ dạo chơi cõi trần.
Vẫn còn đây khí thiêng sông Bạch Đằng
Hào khí sông Như Nguyệt
Bến nước Bình Than
Chương Dương, Hàm Tử...

Sáng nay biển hát,
Lời bình yên như lời ru của mẹ.
Sáng nay có đoàn thuyền ra khơi,
Biển ơi! Hãy hát!
Những lời thật bình yên!

Ôm trong lòng sự sống của muôn loài,
Kho báu của nhân gian,
Là niềm hân hoan của bao người yêu biển.
Ôm trong lòng biết bao sinh linh vô tội,
Như chiếc tàu Titanic
Như Chiếc Bè của Medusa...
Biển ơi! Hãy hát!
Những lời thật bình yên!

Vũng Tàu, tháng 12/2010

CÔ GÁI NHỎ
(Thân tặng các em học trò nhỏ)

Em là cô gái nhỏ
Nhẹ như cánh bướm bay,
Em là nàng tiên nhỏ
Bụi trần nào có hay.

Em như loài chim lạ
Tung cánh muốn bay cao.
Xin trời đừng gió bão
Cho em bay thật cao.

Em như làn gió nhẹ
Dịu dàng thổi quanh tôi.
Đời ngân bao tiếng gọi
Nồng nàn em ra khơi.

Em là trời tự do
Vươn tay đón nắng hồng,
Giữa đất trời xao động
Tóc mây trôi bềnh bồng.

Có em đời hò hẹn
Em đến như tình nhân.
Mùa xuân gọi em mãi
Ru em giấc xuân nồng.

Dòng đời lơ lửng trôi,
Ngày xuân qua nhè nhẹ,
Hương xuân thắm má hồng.
Hỏi em đời vui không?

Sài Gòn 1985

ĐÊM BIỂN

Lặng yên!
Đêm lặng yên.
Chỉ có biển vẫn rì rào cuộn sóng.
Thức cùng biển còn có những ngọn đèn chiếu sáng,
Bồng bềnh bồng bềnh,
Theo dòng nước tìm nguồn hái lộc.
Lộc của đêm
Lộc của biển
Lộc của trời
Lộc sao trời rụng sáng ngời biển đông.
Nhẹ nhàng giữa chốn mênh mông,
Thuyền về đến bến bình minh ửng hồng.

Ánh hồng rực rỡ bừng lên,
Biển đêm tỉnh thức.
Làng chài hân hoan.

Bãi biển Thuỳ Dương, Tháng 5/1997

DÒNG THỜI GIAN

Buổi sáng bé thức dậy,
Tiếng mẹ vang nhẹ nhàng:
Hãy nhanh chân đi con,
Thời gian không đứng đợi.

Buổi trưa cha về muộn,
Mẹ tựa cửa bồn chồn.
Nhìn nắng rơi mẹ nhủ:
Bóng đã xế qua cồn.

Chiều đến càng hối hả,
Cầm tay mẹ giục giã:
Hãy nhanh nhanh lên con,
Bóng đã khuất đâu còn!

Thời gian trôi đi đâu?
Cứ đều đều gõ nhịp,
Cho mẹ phải bối rối,
Cho cha phải vội vàng.

Thời gian trôi đi đâu?
Hay là trôi theo mây?
Theo lá vàng rơi rụng?
Theo gió vờn quanh đây?

Thời gian có ngừng lại?
Khi nụ chồi đang xanh?
Khi bông hoa ươm nụ?
Khi mái đầu còn xanh?

Thời gian có ngừng trôi?
Khi tôi ngồi một mình,
Cô đơn buồn lặng lẽ,
Trước vũ trụ vô tình.

Im lìm nhưng mạnh mẽ,
Vô hình nhưng vội vàng,
Cây tàn hoa lá rụng,
Ôi! thời gian phũ phàng!

Từ chân trời trở lại,
Thời gian không vội vàng.
Cùng bình minh ước hẹn,
Thời gian trôi nhẹ nhàng.

Thời gian không vội vàng,
Khi cây đời đang xanh,
Khi trái đời chưa chín,
Thời gian ươm hạt vàng.

Thời gian không vội vàng,
Bên nôi hồng trẻ thơ,
Trang sách hồng vừa mở,
Cuộc đời hồng như mơ.

Thời gian vẫn còn đây,
Ngàn năm sau trở lại,
Còn mãi bên nôi hồng,
Bên nụ cười thơ ngây.

Thời gian vẫn còn đây,
Còn đất trời rong chơi,
Dòng đời còn chảy mãi,
Cho tình đời đầy vơi!

1989

GẶP LẠI EM

(Tặng các em học sinh của tôi vì gia cảnh phải sớm rời trường học đi vào trường đời)

Gặp em mười năm xưa
Em ngồi bên quầy hàng trước cửa,
Bán những quyển sách nho nhỏ kể chuyện ngày xưa.
Em ngồi trước cửa
Đón khách ngày ngày
Như đón cuộc đời vì em về đây hò hẹn.
Mắt biếc say sưa
Môi hồng hé nở
Tuổi mười tám đôi mươi rực rỡ
Làm cuộc đời phải dừng lại phân vân.

Mười năm, hai mươi năm sau lại gặp em,
Em vẫn ngồi trước cửa
Bên những quyển sách nho nhỏ kể chuyện ngày xưa.
Từng khoảnh khắc ưu tư đã trôi vào vô tận,
Tuổi xuân xanh trôi vào năm tháng xa xưa.
Em vẫn ngồi trước cửa đong đưa
Bán cho hết những tháng ngày còn lại
Mà cuộc đời chưa nỡ vội cuốn đi.

Lòng bâng khuâng tôi hỏi nhỏ, buồn phiền:
Em ngồi đó,
Hỡi người em nhỏ,
Bán tuổi đời
Hay bán giấc mơ Tiên?

Sài Gòn 1997

NGÀN CÁNH HẠC

Em như cánh hạc
Lượn trong nắng hồng
Cõi trần phiêu lãng
Dệt muôn mộng vàng

Em dệt mùa xuân
Trời xanh biêng biếc
Mây trời tha thướt
Tay tiên dịu dàng

Em dệt mùa hạ
Tơ vàng óng ả
Phượng càng nở đỏ
Lung linh lối về

Em dệt mùa thu
Trời giăng sương mù
Chao nghiêng cánh Hạc
Đường về thiên thu

Em dệt mùa đông
Tình thêm thắm nồng
Tay tiên dìu dặt
Rừng Đào đầy bông

Hạc vàng tỉnh mộng
Bay vào thinh không
Mộng đời hư ảo
Tìm em chốn nào?

1998

MÂY LANG THANG

Mây sáng nhẹ thênh thang,
Gió mát thổi nhẹ nhàng,
Trời Noel se lạnh,
Muốn làm mây lang thang.

Thèm một buổi rong chơi
Quên rong rêu một đời,
Quên tháng ngày chật chội,
Quên tim ta bồi hồi.

Thèm một căn phòng vắng,
Rũ bỏ bụi trần ai,
Rũ hình rũ cả bóng,
Cả thế sự bi ai.

Thèm một cõi lặng thinh,
Để nghe lòng mình vậy.
Ôi! Trần gian dậy sóng!
Có bao giờ lặng yên!

Ôi tiếng gọi hư vô!
Nghe sao mà da diết!
Tự lòng mình sâu thẳm?
Hay bên ngoài thinh không?

Tiếng gọi ở đâu đây?
Như xa sao như gần?
Tựa mùa đông thuở trước?
Hay mùa xuân sắp tàn?

Tiếng gọi ở ngay đây,
Trong không gian thật gần,
Bên mép bờ hiện tại,
Và tương lai cận kề.

Ngay giây phút này đây,
Hãy quên thân tại thế,
Hãy quên tâm ưu phiền,
Để ta thành thần tiên!

1987

KHÓC BẠN

(Nhân ngày tiễn đưa chị Trần Thị Loan, Giáo Sư trường T.H. Gia Long, đến nơi an nghỉ cuối cùng.)

Bạn ơi! Sao nỡ vội ra đi?
Cõi không kia có gì?
Tiếng gọi nào huyền hoặc?
Có ai không đợi chờ?

Bạn ơi! Sao nỡ vội phân ly?
Trần gian oan trái gì?
Thân cò ai lẻ bóng?
Nuôi con thơ dãi dầu!

Bạn ơi! Sao nỡ vội chia ly?
Trầm hương quyến luyến gì?
Mẹ già ngồi khóc trẻ
Bạn đi! Đành ra đi!

Học trò buồn ngơ ngác,
Bạn bè thầm nhìn nhau,
Người xưa dù mệnh bạc,
Tiếng cười còn quanh đây.

Bạn ơi! Đi rồi sao?
Đến trời xa phương nào?
Bồi hồi thương nhớ bạn,
Chờ nghe tiếng gọi thầm.

Trường Gia Long 1986

THƠ TẶNG ĐẤT

Đất vẫn thế
Ngàn đời vẫn thế,
Vẫn dịu dàng trải rộng bước chân ta.
Ta ngồi trên đất, ta chơi cùng đất, nằm lăn trên đất, ôm đất vào lòng,
Ta đi rong chơi
Đường ngắn, đường dài
Gần xa diệu vơi.

Đất
Chỉ là đất thôi
Chỉ là cát bụi vô thường,
Vẫn diệu kỳ như từ thuở hoang sơ,
Chỉ một hạt mầm rơi
Chạm vào đất
Như chạm vào mạch sống.
Hoa lá bừng lên cây xanh bóng cả,
Đất trẻ mãi không già cho ta muôn vàn hoa trái,
Hồng trần đâu kém cõi thần tiên.

Đất ở thế gian
Đã hứng chịu muôn vàn thương tật.
Bao nhiêu uất hận đạn bom
Đổ vào lòng đất

Như đổ vào trái tim đất mẹ.
Ơi những nỗi đau đời khốc liệt!
Xin Trời hãy che Đất hãy chở!
Máu đào loang đổ, ngấm đau lòng đất,
Đất không ngừng chảy máu,
Chuyển hóa thành suối sông.
Rồi… quên mình chuyển kiếp,
Sống lại với đời Đất lại nở hoa.

Không có nơi đâu
Đất thân hơn đất ở quê mình,
Nơi ta từng chôn nhau cắt rốn,
Gởi gấm chút hình hài,
Hẹn ngày sau trở lại,
Để nghe hồn núi sông vang dội,
Để nghe hồn đất nước vọng thiên thu!

Vẫn là điểm tựa cho muôn loài,
Đất
Đóa hoa diệu kỳ,
Mãi mãi không lụi tàn,
Vẫn không ngừng khai hoa nở nhụy,
Cho loài người thôi vật vã cơn đau.

Tháng 4/1980

ƯỚC VỌNG XANH

(Tặng cô bé mặc áo đỏ hay bán hoa dạo trên đường phố Lê Văn Sỹ, Sài Gòn.)

Buổi sáng em đi vào thành phố,
Em mang theo cả mùa Xuân trên hai vai,
Em mang theo cả màu xanh trên đôi cánh nhỏ,
Và mái tóc em theo gió cũng bay bay.

Em dừng lại nơi đây,
Trao cho các cô gái những nụ hoa,
Những mầm xanh.
Với các cụ già không còn ước vọng,
Em đem đến cho họ
Một chút xao động của cuộc sống,
Một chút lao xao của gió,
Một hồi ức xanh
Về những ngày tháng xuân xanh.
Ký ức rung lên
Chao động trong gió.

Em để lại màu xanh cho đô thị,
Và cuộc sống lên hương.
Hoa Tường Vi đã nở,
Nguyệt Quế đã bay hương,
Và Hoa Giấy bay bay
Theo ngày tháng phai tàn.

Em còn lại gì cho riêng em khi rời xa thành phố?
Một mảnh rừng xanh
Như một chất men xanh?
Như chất men khởi đầu sự sống,
Như khởi đầu một ước vọng xanh,
Cho một sự sống tươi vui rực rỡ
Mạnh mẽ trường tồn,
Cho một hành tinh xanh
Hành tinh an lành của chúng ta.

Em! Thiên Thần nhỏ đang tung cánh
Hãy bay cao như ước vọng đầu Xuân.

Sài Gòn 1995

KYRIE
(Thương mến tặng Quỳnh Như)

Cơn gió vô tình qua
Hay là Ơn Thánh gọi?
Con gió vờn quanh nhà ta
Đưa một người đi xa.

Gió ơi
Có nghe con ta hát?
Có nghe con ta cười?
Con ta đang rong ruổi trên đường
Con ta đang đi cứu một người
Một người bạn đang cần nó
Một người bạn đang gọi tên nó.

Gió ơi
Có người mẹ đang khóc
Gió hãy tránh xa ngôi nhà của ta
Trả lại cho mẹ ta cuộc sống hiền hòa
Trả lại cho ngôi nhà khung trời bình lặng
Hạt bụi đời mê mải rong chơi.

Mẹ ơi!
Xin đừng quá đau buồn
Mẹ hãy cười khi gặp con trong mơ
Mẹ hãy vui khi con không nhìn thấy mẹ

Mẹ hãy sống như mẹ từng đã sống
Mẹ hãy sống cho con thêm sức mạnh
Làm mẹ vui là ước vọng đời con.

Sống và vui
Mẹ nhớ nhé
Dòng đời chia hai ngả
Mẹ sống vui
Con thỏa nguyện đời con
Mẹ hiền ơi!
Dù sông cạn đá mòn.

Cơn gió đã đi qua
Một lời gọi đã loan truyền
Một sứ mệnh đã hoàn thành
Một linh hồn đã đi vào cõi bất diệt.

Sứ mệnh ở đời
Mẹ nhớ
Đừng quên.

Texas, tháng 9/2008

GIẤC NGỦ HOA HỒNG

Như chiếc lá vàng rơi rụng
Như hoa nở để rồi tàn
Như ve sầu lột xác
Như một cây khô không còn hút nhựa
Như một dấu chấm hết nhẹ nhàng.

Tại sao lại vật vã?
Tại sao lại đớn đau?
Sao lại gãy khúc?
Chia lìa?

Nếu tôi là Thượng Đế
Thì chết
Như là một dấu lặng
Như đi vào giấc ngủ bình yên
Với Hoa Hồng không bao giờ tàn rụng
Còn mãi vẻ tươi nguyên.

Sài Gòn 1989

HOA VÔ THƯỜNG
(Kính dâng Hương Linh Mẹ)

Hoa!
Hoa nhiều quá!
Một vòng hoa!

Một vòng hoa!
Lại một vòng hoa!

Một trái tim đã thôi đập!
Một nhịp thở đã dừng!

Không!
Mẹ vẫn thở
Mẹ thở như hương bay
Mẹ thở như hoa nở
Mẹ vẫn thở
Hơi thở của nhịp sống
Ngày đêm
Bất tận.

Đà Lạt, ngày 6 tháng 1/2008
Lúc 6g30

NGỌN LỬA VÔ THƯỜNG

Dịu hiền và thơm mát,
Mẹ đã cho con cả dòng đời bát ngát.

Chiếc lá vàng đã rụng,
Một sự sống chuyển mình,
Dòng sông đời gãy nhịp,
Thời gian trôi ngỡ ngàng!

Giọt đời đã cạn!
Dầu hao đã tàn!
Đó là Mẹ.

Mẹ
Là một đời nhọc nhằn vất vả.
Mẹ
Là một đời khốn khó.
Cho tất cả
Vẫn thấy còn chưa đủ.
Đó là Mẹ.

Mẹ đã ra đi.
Mẹ đã đi xa.
Đó là con đường trở về nguồn cội.
Từ một điểm khởi đầu vô cùng bé nhỏ,
Mẹ đã đi qua một hành trình dài,
Một hành trình không dễ dàng,
Một hành trình mẹ không hề lựa chọn.
Một hành trình chạy theo số phận nghiệt ngã,
Một hành trình chạy theo tháng năm vật vã.
Những năm tháng chạy trong khói lửa ở chiến trường Quảng Trị,
Những năm lội bùn ở chiến trường Liên khu V,
Những năm chạy nuôi con ở nhà tù Côn Đảo,
Ở trại giam Tổng Nha
Trại giam Biên Hòa.
Bàn chân mẹ đã lăn dài theo sỏi đá.
Bàn tay mẹ làm
không hề ngơi nghỉ
Đôi chân mẹ đi
không hề dừng lại
Vì các con
Mẹ đã mỏi mòn.

Giọt đời đã cạn!
Dầu hao đã tàn!
Đó là mẹ.

Chiếc lá vàng đã rụng,
Cho cây khô đâm chồi,
Cho nụ đời ươm hoa.

Mẹ đang khởi đầu một hành trình mới,
Một hành trình riêng của mẹ.
Được chắp cánh từ nhiều ước mơ,
Được chắt lọc từ một đời khổ hạnh,
Từ những cuộc hành hương suốt cõi vô thường.

Mẹ!
Vẫn là mẹ!
Nhẹ nhàng lên
Trên cõi Vĩnh Hằng.

Đà Lạt, ngày 6 tháng 1/2008

GIÓ MỚI

Nửa đêm tỉnh giấc
Đón cơn gió đầu xuân.
Gió ơi,
Từ đâu đến?
Thổi miên man trên không gian lồng lộng,
Vờn quanh những nụ hoa,
Thổi qua ta
Xôn xao bao la trùng dương mời gọi.

Gió và nước
Hay gió và nắng?
Tan chảy một giọt nước đầu nguồn,
Tan chảy một giọt nắng cuối mùa đông,
Tan chảy một giọt tình ở cuối dòng đời định mệnh.

Gió ơi!
Hãy thổi bay những tro tàn của lịch sử - vinh quang lẫn tàn tạ -
Thổi bay những tàn tích đậm chất tôn vinh.
Và nước, hãy rửa sạch những tàn dư hắc ám,
Những tham vọng tối tăm,
Những mưu đồ, hận thù, đố ky, ganh ghét...

Trả lại cho đời khuôn mặt thuở sơ khai,
Trả lại cho người những ý tưởng mới lần đầu xuất hiện,
Trả lại cho đất những mầm non mới nhú,
Nguồn mạch rừng thiêng,
Bến bờ hạnh phúc.

Gió mới,
Hơi thở của đất
Hay ngôn ngữ của trời xanh?
Gởi đến ta từ những miền xa lạ,
Gọi ta đi theo những cơn gió phiêu lưu:
Cơn gió của tri thức,
Cơn gió của tâm tưởng,
Cơn gió của những nguồn mạch tư duy,
Của trùng trùng mạch sống đang vươn đến ngày mai,
Thấm vào ta bao niềm khát vọng…

Hãy mang ta đi cơn gió mới đầu xuân ơi!

Tháng 1/2011

ÁNH SÁNG
CỦA MỘT NGÔI SAO

Một ngôi sao
Ánh sáng đã tắt,
Một con người
Linh hồn đã bay đi.

Linh hồn người bay đi
Xác thân vùi cát bụi.
Thế là hết!

Không!
Người vẫn còn đây,
Nhịp tim người còn dồn dập
Theo số phận của những con người bình thường
Ở thành phố nhỏ.

Người vẫn còn đây
Bàn tay đã buông mà chữ nghĩa vẫn còn ngân vang
Trên những trang sách
Trên những vần thơ.
Người vẫn còn đây
Trong đám mưa hoa tung bay từ những trang đời
người để lại,
Như ánh sáng của một ngôi sao còn mãi.

Người là
Nhà thơ
Nhà văn bất tử
John Updike.

Tháng 1/2009

HOA ĐÀO VÀ SÓNG THẦN TSUNAMI

Có phải Thượng Đế vừa đi vắng?
Để cho vườn đào xứ Phù Tang mắc nạn.
Có phải đất đá mệt mỏi vặn mình làm cho đất trời nghiêng đổ?
Đẩy Sendai, Miyagi và miền bắc nước Nhật vào thảm cảnh bi thương!

Có phải các Thiên Thần trần thế đã ngủ quên?
Có phải Thần Hades vẫn còn chạy theo nàng Percephone đang ở bên cạnh mẹ?
Cửa địa ngục bỏ ngỏ
Để cho Sóng Thần Tsunami lên mặt làm càn phá tan trần thế.

Nàng Eurydice không về được trần gian,
Tiếng đàn của Orpheus sầu thảm không làm cho bể yên sóng lặn,
Chiếc bè của Medusa cũng không hoá đá được những cơn sóng hung tàn.
Thôi hãy để cho tiếng hát của Yoko Kanno từ thành phố Miyagi cất lên
Mang chút lửa hy vọng sưởi ấm thân người lạnh giá
"Be you. Be safe"
Cả thế giới đã chung tay bè bạn,
Việt Nam cũng góp một phần rất nhỏ
Từ trái tim tình người.

Một người là một sinh mạng
Chín ngàn bảy trăm người có phải là ít đâu!
Mười sáu ngàn năm trăm lẻ một người vẫn chưa
tìm ra số phận.
Ôi! Biển dâng, đất đá và giá lạnh!
Có thể nào từ đổ nát hồi sinh?

Kinh tế suy sụp có thể được phục hồi,
Nhà cửa mất tay người xây dựng lại,
Mất Em rồi! Ai trả lại hồn thiêng?

Tháng ba hoa đào nở
Làm hồi sinh một cõi địa đàng.
Tháng ba hoa đào chưa kịp nở
Sao điêu linh cả xứ Phù Tang?

Một trăm ngàn cánh hoa đào
Rung rinh trong gió chạm vào nỗi đau!

Hoa đào! Hoa đào!
Nghe miên man nỗi đau thương dâng trào!

Tháng 3/2011

DÒNG SÔNG XANH

Dòng âm thanh như suối nguồn tuôn chảy
Đưa cảm xúc của người về nơi vĩnh cửu

Cán ơn người,
Ta mỗi ngày nhận đầy tay nhiều quà tặng vô giá
Từ cuộc đời
Từ tài năng và trí tuệ
Từ tâm hồn
Từ cảm xúc
Từ những phút giây chạm mặt với thần linh
Từ trọn vẹn cuộc sống của những người ta chưa từng gặp
Những thiên tài
Như vì ta người đã một lần ghé qua trần thế.

Dòng Sông còn đây
Cây Đàn còn đây
Ánh Trăng còn đây
Bốn Mùa hoa lá còn đây
Như Cánh Vạc bay trong nắng hồng…

Tượng đài còn đây.

Người đâu rồi?
Tiếng vọng suốt thiên thu.

Tháng 1/ 2010

HƯƠNG SÓI
(Kính dâng Hương linh Cậu)

Người đã ở đó khi tôi bước vào
Hương sói thơm nhẹ nhàng
Người chỉ cho tôi chùm hoa sói nhỏ
Và giảng cho tôi nghe điều bí ẩn của lẽ vô thường.

Người vẫn còn nằm đó khi tôi bước vào
Khói hương bay ngập tràn
Mọi người khóc
Nghẹn ngào nức nở
Tôi cũng lặng lẽ khóc
Ở một góc tối nhất của cuộc đời.

Người ra đi! Sao Người vội ra đi?
Trần gian oan trái gì?
Hay duyên hết nghiệp tan
Người ra đi cho nhân thế bàng hoàng!

Hoa sói đã nở đã đưa hương
Tôi vẫn nghe trong cõi vô thường
Tiếng người vang trong tiếng chuông đồng vọng
"Hoa khai kiến Phật
Ngộ vô sinh".

Biên Hòa, Tháng 12/2007

KẺ CẮP

Đánh cắp ngày tháng của ta
Dệt thành mộng tưởng xa hoa.
Đánh cắp lao động của ta,
Làm nên đôi tay đẹp đẽ.

Đánh cắp tuổi trẻ hồn nhiên,
Cuộc sống đầy những ưu phiền.
Đánh mất khuôn mặt người tình,
Ký ức của Salvador Dali.

Đánh mất hạnh phúc bình yên,
Là chàng Sisyphe thật hiền.
Đánh cắp Thiên Đường trần thế,
Là cây Tri Thức của Thượng Đế.

Đánh cắp hình hài của ta,
Cuộc sống trôi qua vội vàng.
Đánh cắp cuộc đời của ta,
Thời gian trôi qua nhạt nhoà…

Trong ta Tâm Linh toả sáng,
Là Ta mãi không lìa xa.

Tháng 8/2010

CÒN... KHÔNG?

Còn gì để nói không?
Khi ta nằm yên ngủ
Hai mắt nhắm thật hiền
Hơi thở cũng lặng yên
Môi hồng vừa khép chặt,
Mặc dòng đời trôi... trôi...

Còn gì để nghĩ suy?
Khi thần trí lụn tàn,
Hồn tang thương dâu bể,
Tâm thức dường lặng lẽ,
Cây đời hóa hư không.

Còn gì để tiếc không?
Orpheus đã vào địa phủ,
Tiếng đàn Lyre mê hoặc,
Và nàng Eurydice xinh đẹp
Vẫn không sao về tới cõi trần.

Còn gì để nhớ không?
Khi ta nằm yên nghỉ,
Dưới trời cao lồng lộng,
Muôn ngàn tia nắng ấm,
Ru ta gió ngọt ngào.

Còn gì để ước mong?
Khi… là ta đâu đó,
Vần vũ khắp không gian,
Vân du cùng vũ trụ,
Điệu hoan ca nhiệm mầu.

Sài Gòn 2008

NHỮNG ĐÔI MẮT
(Tặng các em học sinh thân yêu)

Ơi những đôi mắt to tròn mênh mông sâu thẳm,
Những đôi mắt to tròn muốn vươn tới mênh mông,
Những đôi mắt đang nhìn tôi chờ đợi,
Trong ánh mai chan hòa.

Đôi mắt long lanh như ước vọng tuổi thơ,
Lăn tròn theo viên phấn nhỏ,
Trên chiếc bảng đen từng tâm tư khai mở,
Ánh mắt nai tơ xao động bất ngờ.

Những đôi mắt sáng như ngàn ánh sao sa,
Lấp lánh lấp lánh trên trang sách huyền thoại,
Trên trang vở thô sơ,
Mái trường xanh hiền hòa.

Có đôi mắt đen thầm lặng đăm chiêu,
Dõi vào miền vô tận,
Vào vùng tương lai huyền hoặc,
Vùng tiền sử hoang sơ,
Thuở mắt chưa vào đời.

Có đôi mắt nhung mơ màng ẩn sau trang sách nhỏ,
Lơ đãng nhìn chiếc lá vàng rơi,
Có phải em muốn làm nhà khoa học?
Bắt chước Newton thời xa xưa?

Này em,
Ngày mai em đi vào đời,
Rực rỡ nắng mời gió gọi.
Tôi muốn nói với em:
Rằng mắt hãy nhìn thẳng,
Hãy ngẩng cao đầu hướng về trước mặt,
Cho ánh sáng trong mắt không bao giờ tắt,
Ánh sáng rực niềm tin,
Chứa chan hy vọng.
Và ở đó
Còn ẩn chứa trong đáy mắt sâu
Nỗi đam mê chưa được gọi thành lời.

Này em,
Tôi biết ngày mai em sẽ lớn,
Tôi biết ngày mai em đi xa,
Nên hôm nay trong ánh nắng hiền hòa,
Tôi cho em tất cả,
Tiếng hát,
Lời ca,
Nhịp tim rộn rã,
Tôi cho em tất cả,
Vì ngày mai, em là của ngày mai.

Sài Gòn 1985

QUÊ NGƯỜI GẶP BẠN
(Thân tặng các bạn của tôi ở hai trường Đồng Khánh và Quốc Học.)

Từ chân trời kỷ niệm,
Từ mái trường rêu phong,
Từ hàng cây Phượng Vĩ,
Nửa đời còn đợi mong.

Từ một thời trắng trong,
Thướt tha tà áo lụa,
Tóc dài vương hoa nắng,
Qua cầu gió bâng khuâng.

Từ một thuở mộng mơ,
Chiều Thu ai thẫn thờ?
Xôn xao nhiều nỗi nhớ,
Ai ngẩn ngơ tình đầu?

Từ chìm sâu ký ức,
Từ trùng trùng không tên
Từ một thời đã quên…

Từ một thời chia phôi,
Bạn đến ngồi bên tôi,
Cầm tay nhau thầm hỏi:
Về đâu những mảnh đời?

Một thời đã trôi qua,
Một đời đã phôi pha,
Hẹn nhau ngày gặp mặt,
Khói sương e nhạt nhoà.

Sài Gòn 1990

THE THINKER

Người đã ở đó trong sân trường đại học,
Trán hằn sâu những nét suy tư.
Người nghĩ gì khi thế sự suy vi?
Người ở đó trầm tư cùng năm tháng.

Gió thời đại thổi qua đây phơi phới,
Tuổi thanh xuân - hồn chất ngất dâng trào
Bao mộng ước - xôn xao bao tiếng gọi
Đường tư duy
Rộng mở
Không cùng.

Người vẫn ở đó
Ưu tư nhìn nhân thế,
Người đã thấy, đã nghe và đã hiểu
Thế sự buồn vui
Lịch sử lập lại
Nhân đạo và bạo tàn,
Tự do và quyền lực
Chúa bác ái
Phật từ bi
Những con đường nhân loại đã đi,
Vẫn chưa mở ra một chân trời mới,
Cho loài người xích lại gần nhau hơn.

Con đường nào bạn đến gần ta hơn?
Con đường nào ta đi không nghe tiếng bom đạn?
Con đường nào trẻ em chỉ biết vui đùa ca hát?
Con đường nào chuyện thần tiên không còn là huyền thoại?

Cửa Thiên Đường cổng Địa Ngục vẫn mở,
Trần Thế vẫn xôn xao người đứng đợi.
Con đường nào?
Nên chọn?
Ta đi?

Gió nhân thế thổi sâu hồn đá,
Có làm đau nét khắc chạm suy tư?
Thế kỷ qua rồi người vẫn còn ở đó,
Gởi ưu tư cho thế hệ mai sau.

Stanford University 2006

NGƯỜI Ở ĐÂU?

Người ở đâu?
Chỉ là một hạt bụi bay trong không gian,
Hay là một giọt nước đầu nguồn của sông Hồng sông Đuống,
Hay chỉ là hạt cát bám trên cây chông cắm ở dòng sông Bạch Đằng,
Hay chỉ là một âm sắc lao xao trong vang động tiếng chim Hồng vỗ cánh
Và cả dãy Trường Sơn đồng vọng.

Người ở đâu?
Chỉ là một giải mây bay lơ lửng trên đỉnh đèo Hải Vân
Nghe nỉ non tâm sự công chúa Huyền Trân,
Vượt ngàn dặm ra đi vì nợ nước non.
Hay chỉ là một viên đá cuội,
Ẩn mình dưới chân núi Vọng Phu
Ngắm nhìn sông Tiền sông Hậu rực màu phù sa,
Hay theo quanh co sông Vàm Cỏ hiền hòa
Hát những bài đồng dao bên cây đa chú cuội.

Người ở đâu?
Giữa hai bờ sông Hiền Lương bên bồi bên lở?
Hay có lúc thích làm chiếc bóng núp sau lưng mẹ?
Đem từng nắm cơm cứu kẻ gục chết trên đường
Giữa những ngày khốc liệt
Một chín bốn lăm.

Người ở đâu giữa hai nhịp cầu chết trận của sông
Bến Hải?
Ở đâu khi sông núi đã không còn vĩnh cửu?
Nước đã đổi màu,
Đất đã biến dạng,
Không còn người ném đá vào Trụ Đồng
Và ngôn từ - linh hồn của dân tộc - đã mục ruỗng
Đã giãy chết
Đã bị đóng đinh
Trước khi được thốt thành lời.

Vẫn ở đó
Nơi có ít người nhìn thấy,
Nơi không có quyền lực,
Không có ánh hào quang,
Một chỗ đứng không có chỗ đứng
Chỗ đứng của một người bình thường
Hèn mọn.

Tôi kêu lên một cách yếu ớt
Đầy tuyệt vọng:
Tôi ở đây! Ở đây!
Hãy cứu tôi!

2011

NGƯỜI LÀ AI?

Trong đám đông người đổ xuống đường cùng với cờ phất phơ bay,
Tôi nghe vang vọng tiếng gọi tên Người tha thiết.
Việt Nam! Việt Nam!
Việt Nam! Người là ai?

Có phải vui chân chiều nay Người ghé qua đây?
Chân tung tăng chạm vào quả bóng nhỏ,
Thổi bùng lên những chiếc bóng muôn màu,
Rồi không đành nhìn đám trẻ bị đánh lừa,
Người ngoảnh mặt bỏ đi không một lời từ biệt.
Người là ai?

Hình như tôi thấy Người đang rong chơi đâu đó trên rặng Trường Sơn,
Hay dạo bước đăm chiêu trên 99 ngọn núi Hồng Lĩnh
Hay Người đang cặm cụi dưới ngọn đèn khuya
Mải mê theo những công trình khoa học.
Đôi lúc tôi thấy Người mang dáng vẻ của các vị vua đời Lý đời Trần,
Vừa có trí tuệ tầm nhìn của nguyễn Trãi,
Thêm chút tài hoa của hoàng tử thứ sáu con vua Trần.
Người là ai?

Người là ai?
Có thể thắp lên ngàn tia hy vọng,
Có thể hồi sinh một niềm tin đã bị dập tắt,
Và làm bùng lên niềm kiêu hãnh đã lụi tàn.

Như bông hoa khô hạn đợi chờ giọt sương đêm
Tôi gọi tên Người.
Như cánh đồng lúa xanh đòng bị ngập chìm trong bão lũ
Tôi gọi tên Người.
Gọi tên Người khi đất trời nghiêng đổ,
Gọi tên Người khi non nước điêu linh,
Khi những hải đảo xa xôi không còn yên bình hưởng cơn gió mát...

Khi trăng khuya rọi vào cõi lòng trống vắng
Vẫn gọi tên Người!
Người đã về chưa?
Đã đến chưa?

Người
Có thể viết nên trang sử mới
Người là ai?

2011

NGÔI NHÀ ĐẦY NẮNG

(Thân tặng các em học sinh trường Bùi Thị Xuân, những cô gái đã đã cống hiến đời mình cho những em nhỏ bất hạnh ở làng SOS - Đà Lạt.)

Tôi đã đến ngôi nhà ấy vào một ngày đầy nắng,
Nắng chiếu trên cao nắng trong mắt em,
Đẩy vào bóng tối những buồn đau xưa cũ,
Cho môi hồng rạng rỡ nụ đời non.

Tôi đã đến ngôi nhà ấy vào một ngày đầy nắng,
Nắng ấm tay em ôm ấp chân em,
Nơi ngày xưa từng mang nhiều thương tật,
Từ cuộc sống không người thân quen.
Nắng ấm cho em thêm nguồn sinh lực,
Cho tay chân vun xới cuộc đời con.

Tôi đã đến ngôi nhà ấy vào một ngày đầy nắng,
Và gió mát
Không đến từ trời cao
Mà đến từ những bàn tay hiền dịu
Không có phép màu như những nàng Tiên.

Tôi đã đến ngôi nhà ấy vào một ngày đầy nắng
Và hơi ấm
Không đến từ một mặt trời rực rỡ,
Mà đến từ những trái tim rực lửa,
Ngọn lửa từ tâm nhân ái bao la.

Làng SOS, Đà Lạt 2008

HỎI BÓNG

Không chỉ là cái bóng hắt ra từ chính mình,
Mà còn là phần vô hình ẩn tàng đâu đó.
Bóng,
Từ đâu bóng tới?
Suốt đời ở mãi cùng ta?

Từ lúc cha mẹ sinh ta,
Bóng cũng vào đời.
Bóng là ta chuyển kiếp?
Hay ta là bóng hóa thân?

Từ đâu bóng tới?
Suốt ngày làm bạn cùng ta?
Bóng hiểu ta trong tận cùng sâu thẳm,
Hơn là ta tự hiểu chính mình.
Bóng hiểu ta
Trong những nghĩ suy thầm lặng,
Soi sáng trong ta cả những ý tưởng chưa định hình,
Chắp cánh cho ta bay trong bầu trời ta chưa nghĩ tưởng,
Trong thế giới của những ước mơ chưa thành hiện thực.

Cũng có lúc ta giận bóng
Vì đã thấy cái ta ích kỷ đố kỵ ganh ghét thế giới con người trong ta,

Đã có lúc ta giận bóng
Vì đã không giúp ta thưc hiện những ý muốn xấu xa trần tục,
Hay ngăn cản ta không cho ta nghĩ tới cùng những ý nghĩ phục thù xã hội đầy lọc lừa...

Cũng có lúc bóng điên loạn dẫn dắt ta đi lạc bờ bến mê
Lạc cả đường về.
Hồn ta phù du tro tàn lạnh lẽo,
Ngủ vùi chốn hoang liêu.

Bóng chính là ta?
Hay ta chính là bóng muốn dấu kín thân phận mình?
Muốn che đậy bản thân chưa hoàn thiện của chính mình?

Đi trước ta
Chạy theo sau ta
Lăng xăng đùa cợt,
Nửa trưa đứng bóng lại trốn về Trời,
Mình ta ở lại chơi vơi
Lạc đường vô thức.
Bao giờ ta hòa nhập cùng bóng,
Đường về tâm thức rộng thênh thang.

Là bản thể được thắp sáng của đời ta sắp đến hồi kết thúc?
Hay là sự tồn sinh sau cùng còn mãi?
Ta là bóng hay bóng chính là ta?

Tháng 8/2010

KÝ ỨC

Ký ức
Như một bức tranh loang màu,
Như những chiếc đồng hồ của Salvador Dali,
Như thiên đường
Đã mất.

Ký ức
Là một từ nở hoa
Có thể màu hồng
Có thể màu đen
Tùy theo sự cảm nhận về đời sống
Từ mặt trái
Hay mặt phải.

Ký ức của tuổi thơ
Như một điệu nhạc chờ
Sáng trong
Dịu nhẹ.

Ký ức về tình yêu
Là đóa hoa muôn màu
Là cộng hưởng của đời thường
Lãng mạn và trần trụi
Nên thơ và trầm luân
Là duyên và nợ.

Quá khứ của đời ta,
Trầm luân muôn ngàn kiếp,
Cuộc sống sẽ ươm hoa
Đời người sẽ thăng hoa
Tâm ta,
Hãy lắng nghe
Hãy buông xả,
Hãy trở về,
Không phải quá khứ mà là hiện tại,
Một hiện tại tràn đầy,
Sâu thẳm.

Rồi ta sẽ nhập cuộc
Liên hoan với dòng suối đầu nguồn.

2009

GIỜ THỨ 25

Thoát thai từ bóng tối,
Từ bụi mờ hồng hoang,
Từ sỏi đá,
Cây cỏ,
Ta đi lên theo tiếng gọi của tiền kiếp,
Lực đẩy của Darwin.
Lại vật vã giữa Thiên Đường và Địa Ngục,
Giữa Thiên Thần và Ác Quỷ,
Để thong dong làm một con người.

Làm một con người sống trong đời,
Là sống với tình người,
Với tội hoang đường: "Eat, and ye shall be as God"
Khát vọng vô biên,
Với lo toan
Buồn vui
Nhớ thương, suy tưởng…
Sống… chiếm hết thời khắc sống.

Ta tìm đâu có được
Một giờ ngoài cuộc sống?
Một giờ ngoài công việc?
Một giờ ngoài suy tưởng?
Một giờ ngoài các giờ?
Giờ thứ 25?

Giờ thứ 25
Giờ Thượng Đế vắng mặt,
Giờ Thần Linh vắng mặt,
Ma quỷ ngủ quên,
Giờ… ta quên sống quên đời.

Giờ thứ 25
Ranh giới của mọi sự lãng quên
Mở ra ranh giới của mọi lãng quên khác:
Quên sống, quên đời, quên cả là TA.

Ở đó
Mở ra một thế giới mới,
Với những ảo tưởng mới.
Quy trình lập lại,
Vô cực vô cùng!

Tháng 3/2010

LÃNG TỬ VÀ BÔNG SEN HỒNG

Một kẻ vô thần lang thang
Một chàng lãng tử,
Cũng đôi lúc sợ mình đắc tội
Quỳ trước trời đất mêng mông và sám hối:

Thượng Đế!
Con có tội hay không có tội?
Người sinh ra con Thiện?
Hay Người sinh ra con Ác?
Sao Thiện cũng là con mà Ác cũng là con?
Con biết tìm đâu
Một con đường đi lên để hoá giải Thiện-Ác?
Để con chỉ là con,
Không còn phải tranh chấp giữa hai Thiện-Ác.

Thượng Đế không trả lời,
Dante ở vùng trời thứ chín cười vang,
Trên trời xanh
Bỗng những tiếng chim vui
Lảnh lót,
Pascal lặng thinh,
Trầm tư nhìn về cánh đồng trước mặt

Nơi đó
Kẻ vô thần nhìn theo và chợt thấy:
Bên bờ lau sậy xanh xanh
Một Bông Sen Hồng hé nở…

Tháng 3/2011

NGÔN NGỮ

Không phải là kiếp sống thừa
Cũng không phải là kẻ ăn nhờ ở đậu
Nhưng cuộc sống của tôi tùy thuộc vào bạn
Xin bạn hãy cẩn thận
Trước khi nắm lấy tôi
Ném vào cuộc đời.

Xin bạn đừng bẻ đôi tôi
Khiến hồn lìa khỏi xác.
Xin đừng chặt khúc tôi
Trộn lẫn hiện tại vào quá khứ,
Để tạo thành một tương lai ngọng nghịu
Ú ớ ngu ngơ.

Tôi kêu cứu mỗi ngày
Tôi kêu thất thanh
Tiếng tôi kêu vang trong cõi lặng câm
Vô hồn
Vang trong hồn đá
Vô cảm.

Xin đừng lột xác tôi,
Khoác vào đó những chiếc áo sắc màu sặc sỡ
Như mụ phù thuỷ đứng trước chiếc gương thần cổ tích
Xin đừng đối xử với tôi như một kẻ vũ phu thô bạo,
Xin hãy tôn trọng phẩm chất của tôi.

Xin hãy lựa lời mà nói
Uốn lưỡi bảy lần
Tịnh tâm rồi viết
Vì tôi cũng cần một giá trị để sinh tồn.
Đừng quên rằng
Tôi tồn tại lâu, rất lâu hơn bạn.

Tôi,
Sinh ra từ vĩnh cửu
Sẽ trở về nơi vĩnh cửu
Tùy thuộc vào
Sức mạnh sinh tồn cao quý của bạn.

Sài Gòn 2010

KẺ VÔ HÌNH

Những bước thầm lặng nhẹ như hư vô
Vào vườn xanh hoa lá thân quen
Lá hoa rơi rụng
Xao xác những điều bí ẩn quanh nhà
Ra vào thân thiện,
Như bạn bè thân thiết,
Gần kề bên ta.

Vào hồn ta như cơn gió siêu hình,
Ru ta bằng những vần điệu siêu thực,
Những vần thơ siêu thoát,
Những tác phẩm đầy ảo giác mộng mị,
Ướt đẫm nước mắt,
Đẫm những cánh hoa tàn.

Vào lịch sử của ta làm kẻ tội đồ tàn bạo,
Để lại những trang đẫm máu,
Đầy trang sử tích hùng ca,
Để lại những trang đời chết vùi chết thiêu chết nướng,*
Để những đợt thủy triều trên sông Cầu Lam**
Vẫn không ngừng tuôn đổ những dòng lệ chứa chan!

Vào văn hóa của ta
Chồng chất làm kho tàng vay mượn,
Mê hoặc dân ta
Bằng những tục lệ thói quen tà ma dị giáo,
Thôi miên dân tộc ta
Khiến thần trí ta thui chột,
Cạn dòng suy tư.

Vào đời sống của ta
Tẩm độc dân ta
Trong mạch đất trong cây cỏ trong hương thơm trong màu sắc
Trong mãnh lực của lòng tham của sợ hãi yếu hèn ngu dốt
Trong vòng vây khép kín
Tự nguyện huỷ diệt quên hận thù.

Bạn,
Vẫn là bạn.
Ngàn năm xưa đã là bạn,
Ngàn năm sau vẫn là bạn.
Là bạn ư?
Giúp nhau?
Hại nhau?
Thù nghịch nhau?
Sao gọi là bạn?
Cũng không phải là cái bóng trùm lên tất cả.

Người xưa đã nói: *"Văn chương phải có cái thế đuổi nghìn quân giặc"****
Người nay cũng đã nói: *"Ta thay Trời mở đất mênh mông"*.****
Cậu bé ba tuổi ở làng Gióng đã sống được như thế,
Mười bốn tuổi ở đời Trần nào có thua ai?
Ngọn cờ lau cũng có thể trở thành cờ của đất nước,
Bài thơ Thần của Lý Thường Kiệt đã nói hết thay ta
Chân lý thuộc về ta chân lý ở trong ta.

Hãy bước ra khỏi chiếc bóng của kẻ đứng bên cạnh ta,
Để sống giữa bầu trời bao la.

2010

Chú thích:
* Bình Ngô Đại Cáo của Nguyễn Trãi
** Truyện Nguyễn Biểu
*** Trần Thái Tông trong Tứ Sơn Kệ Kinh Tự: Văn bút tảo thiên quân chi trận.
**** Thơ Trần Cao Vân

RỪNG THU

Trời không xanh
Nước không trong

Không nghe tiếng chim hót
Không có tiếng gió thổi xào xạc
Chỉ thấy một màu vàng óng ả
Huyền hoặc
Vô biên
Theo chu kỳ của tháng năm vô tận.

Ta như chiếc lá
Vàng theo thời gian,
Ta là hạt bụi
Mất hút mây ngàn.

Maryland 2008

HOA HỒNG
TẶNG WISLAWA SZYMBORSKA

Một ngôi sao mới,
Đẹp như một hoa hồng.
Lấp lánh trên cao
Như muốn gởi những cánh hồng thân thiện,
Như muốn gởi một lời chào,
Như muốn mở một cánh cửa vô hình,
Kết nối một đường dây thân ái - vô hình.

Lời chào thân thiện gởi cho người tuyết Yeti
Gởi cho trại tù ở Jaslo
Gởi cho những chuyến tàu khởi hành từ rất sớm
Gởi cho chiếc giày trong viện bảo tàng Louvre
Gởi cho đá
Gởi cho hai chú khỉ của Bruegel…
Và một đoá hồng gởi cho tình yêu
Và một đoá hồng gởi cho người yêu thơ.

Sống như thơ và chết cùng thơ,
Sống như hoa và chết cùng hoa.
Đóa hoa tặng người,
Nở trên một vì sao nhỏ
Vẫn sáng hằng đêm.
Wislawa Szymborska.

Tháng 2/2012

NGƯỜI HÁI NẤM

(Grigori Perelman, nhà toán học người Nga, năm 2010 được trao tặng giải Millenium Prize cuả viện Toán Học Clay trị giá một triệu đô la, nhưng ông đã từ chối. Trả lời các nhà báo đến phỏng vấn, ông nói: "...You are disturbing me. I am picking mushrooms".)

Tài năng
Hay thiên tài
Là ân sủng của Thượng Đế?
Hay sự lưu đày vào trần thế?

Là thiên tài ư?
Là tài năng ư?
Sao ta thấy mình quá bé nhỏ
Vũ trụ quá rộng lớn
Đầy bí ẩn.
Ta như một hạt bụi treo trước gió
Bị gió bão cuốn đi
Theo những giấc mơ chưa định hình
Những giấc mơ trong rừng cỏ dại
Ta nói chỉ ta nghe
Ta cười chỉ ta hiểu
Nhiều người mơ được một phần hiểu biết của ta
Nhưng ta thấy ta chẳng hiểu được gì nhiều
Ngoài một chút gọi là Tương Đối.

Ta cô đơn
Ta đơn độc
Ta độc hành trong thế giới riêng biệt
Trong sáng tuyệt vời.
Đường ta đi
Thêng thang rộng mở.
Đường ta đi
Không có lối mòn.
Ở đó
Thời gian không có điểm dừng
Không gian vô cùng vô tận.

Mọi người gọi ta khác thường
Gọi ta không bình thường.
Họ không hiểu ta
Ta chẳng thể hiểu họ.

Thôi hãy để ta yên.
Hãy đi đi
Hãy đem một triệu đô la của các người đi đi.
Đừng làm phiền ta.
Ta còn phải đi hái nấm
Trong khu rừng u tịch
Khu rừng chỉ có những con số
Những thông số của Thượng Đế
Mở ra trùng trùng vô tận
Cho cuộc đời mai sau.

Ngày 1/7/2010

BÊN KIA BỜ CỎ XANH

Ngày mới
Ở bên kia đồi bên kia bờ cỏ xanh bên kia vách núi
Ngày mới
Ở bên kia bờ đại dương bên kia chân trời bên kia bóng đen
Ở bên kia bờ bình yên bên kia đêm trừ tịch.

Tôi phải lên đường
Vượt qua ngày cũ tháng cũ năm cũ giờ cũ ý tưởng cũ cảm xúc cũ để đến ngày mới
Tôi phải ra đi từ hoàng hôn từ bóng đêm từ quá khứ
Vượt qua đêm đen qua suy tư qua hố thẳm không tên
Qua trùng trùng những nhàm chán đong đưa tuyệt vọng
Qua trùng trùng những điều không nghĩ tưởng
Qua bao nhiêu đồi núi thung lũng bão táp nắng rám mưa sa.

Tôi phải đi
Đội gạo đội nón mà đi
Đội đá vá trời mà đi
Tác cạn biển đông như dã tràng xe cát cũng phải đi
Tôi phải đi
Cuộc hành trình vội vã nóng bỏng trưa hè
Tôi phải đi.

Tôi phải đi
Để kịp đón chớp sáng đầu tiên tia nắng đầu tiên

Cơn gió đầu tiên
Nụ hôn đầu tiên ý tưởng đầu tiên đang nở ra
thành đóa hoa lửa
Đóa hoa mặt trời tỏa ánh sánh pha lê
Ngày mới!

Tháng 4/2011

ICARUS
(Tặng con trai yêu quý)

Đừng bay gần mặt trời
Con thân yêu ơi,
Đừng bay quá gần mặt trời.

Cháy bỏng
Rạng rỡ
Rực hồng.
Mặt trời
Đẹp như là ảo ảnh
Mạnh mẽ
Cuốn hút
Nhiệm mầu.

Đừng bay quá gần mặt trời
Con thân yêu ơi.
Hãy bay cao, bay xa
Bay vần vũ bốn phương trên trời cao lồng lộng.
Bay theo cơn gió chuyển mùa quần đảo chốn không trung.
Bay trong chốn không cùng không biên giới.
Đừng bay quá gần mặt trời.

Mặt trời nóng bỏng sẽ nung chảy đôi cánh nhỏ.
Mặt trời ảo ảnh sẽ thôi làm đôi cánh tung bay.
Mặt trời ma thuật sẽ hút cạn sinh khí trong con.
Mặt trời trần trụi sẽ thiêu đốt đôi cánh nhiệm mầu.

Đừng bay quá gần mặt trời. Con thân yêu ơi!
Hãy là một Icarus.
Đừng bay quá gần mặt trời.

6/10/2012

HOA HỒNG VÀ MẸ

Hoa Hồng mỗi buổi sáng vẫn toả hương
Người mẹ gởi thương nhớ đến mười phương.
Mây và gió trên đỉnh đèo Ải Vân
Mang thương nhớ của ta vượt trùng dương xa cách
Và những cánh cò trong điệu hát dân ca
Chuyển những ý nghĩ đi còn nhanh hơn thư điện tử.
Lòng trăn trở của người mẹ ở nơi chốn như là mênh mông
Có làm gãy những cánh Hồng trong khu vườn cổ tích?

Bốn đứa con ở bốn hướng
Người mẹ gởi thương nhớ đến mười phương
Phương nào con đón đợi
Mẹ gởi thêm nụ cười
Trong ngày con ra đời là món quà của mẹ
Cứ đến hằng năm.

Hãy sống vui vẻ và bình an
Tin yêu và hy vọng
Như Hoa Hồng vẫn toả hương mỗi buổi sáng
Con thân yêu ơi!

Texas
Ngày 22 tháng 8/2011

KIẾN THỨC
(Tặng con trai yêu quý)

**Share your knowledge.
It's a way to immortality.**
Dalai Lama

Kiến thức là kho báu của nhân gian vô tận
Ai đào bới sâu trong đó
Sẽ kiếm được kho báu cho riêng mình

Mỗi ngày ta học một điều mới mẻ
Ta đào bới trong kiến thức
Mới cũ cổ xưa thô sơ
Văn chương triết lý toán học sinh vật học hải dương học vũ trụ học...
Vô tận thời gian
Vô tận kiến thức

Từ thuở đất đá chuyển mình thành sự sống
Trổ lá đơm hoa
Từ thuở cây nấm chưa có tên trong ngôn ngữ loài người
Chưa có mặt trên những bàn tiệc sang trọng...

Ta tìm ta xem
Ta đi đi mãi mịt mùng hoang sơ
Quên cả thời gian
Quên cả bạn bè gia đình vợ con
Quên cả chính TA - TA là ai?
Kiến thức
Có phải ngươi là mụ phù thủy
Muốn đoạt lấy linh hồn ta?
Có phải ngươi là một bóng ma
Theo ám ta trong tận cùng sâu thẳm?
Giam nhốt ta trong dằng dặc cô đơn?
Để cho mẹ già nhìn ta lo âu buồn bã!

Kiến thức là niềm vui
Là ánh sáng soi cho ta đi trên con đường kiếm tìm vô tận
Ta gặp cổ nhân
Những tâm hồn lớn
Những người bạn đồng hành
Những tâm hồn biết quên mình vì chân lý

Kiến thức
Ta đi cùng ngươi
Đến cùng biên cương của sự sống chết
Rồi xuôi tay nhắm mắt
Nở nụ cười trẻ thơ

Kho báu trong ta đem san sẻ cho mọi người
Như ánh mặt trời chiếu rọi khắp muôn nơi.

21/1/2013

ĐIỂM HẸN CỦA THƯỢNG ĐẾ

*Did I request thee, Maker, from my clay
To mould me Man? Did I solicit thee
From Darkness, to promote me?
John Milton - Paradise Lost (Book X, 743-745)*

*Từ trong cát bụi, hỡi Đấng Tạo Hoá, tôi có yêu cầu Ngài
Nặn tôi nên hình hài? Từ trong bóng tối
Tôi có kêu gọi Ngài, dựng tôi nên Người?*

Đứa trẻ năm tuổi hăm hở đi đến trường,
Đứa trẻ - già bảy mươi lăm tuổi có hăm hở đi về đích?
Cuộc sống thật không công bằng,
Cái đích của Thượng Đế thật quá khó chịu.

Giữa hai đích đến - của trẻ và già - là một khoảng cách,
Một quãng đường dài ta phải đi qua.
Hãy chọn riêng cho mình những mục đích nho nhỏ,
Chuyện học hành, công việc, ước mơ, hy vọng,
Sự khám phá, thành công, vinh quang, vòng hoa chiến thắng…
Đi qua nhiều cái đích của đời ta,
Hãy thong thả đi - và đến,
Ta đứng trên niềm vui và sự nỗ lực,
Như một thách thức lớn,
Để đẩy lùi đích đến Thượng Đế đã áp đặt khi ta bước vào đời.

Hãy sống và cố gắng đạt được những mục đích riêng của đời ta,
Trước khi bị đẩy vào điểm hẹn cuối cùng của Thượng Đế.

Texas, Tháng 10/2011

HOA MANDALA

Ta đã gặp Phật trong giờ thiền buổi sáng
Khi ta đang tịnh tâm để xua đi những phiền não
lo toan sầu muộn trong lòng.
Phật hiện ra giữa những lời than thống thiết cùng
với hoa Mandala thơm thanh khiết
Và nhạc trời vang nhẹ như tiếng tơ.

Phật hiền từ cười rồi bảo:
Ngươi kiếp trước tu phất phơ cứ mãi lo làm thơ,
Nên kiếp này bị đày vào nước Mỹ ở tuổi tóc đã
bạc như tơ,
Cho ngươi ở một mình tịnh tâm tu tĩnh tinh tấn,
Rồi sẽ thoả ước mơ.

Nghe lời Phật dạy
Ta quyết định tập lái xe, đi bộ mỗi ngày,
Mở account và dùng credit card,
Tập chào Hi và nói Bye Bye…
Ta ngọng nghịu ngỡ ngàng ngớ ngẩn,
Không bằng một đứa trẻ lên hai.

Rồi mỗi buổi sáng nhìn sương mù giăng trên những dãy núi xa xa,
Sau những sa mạc sau những cánh đồng sau khoảng không gian vô tận,
Để nhớ bạn bè,
Nhớ người thân,
Nhớ những đứa con bây giờ không còn ở quanh ta,
Giữa nước Mỹ bao la và Việt Nam xa vời vợi.

Tháng 7/2011

CÁNH CỬA MÙA THU

Mùa thu đã bỏ ta đi
Nay đã trở về trên đôi cánh vàng úa,
Mở cánh cửa vào thế giới sắc màu huyền ảo,
Cho ta nghe bao tiếng vọng mùa thu xưa,
Mở cánh cửa vào làn sương mù buổi sớm
Cho ta nghe hoang mang nước sông Hồng réo gọi
Nước sông Cửu Long ầm ầm vang
Và nước sông Hương dịu dàng trôi.

Mở cánh cửa vào trái tim nghệ sĩ
Để lại bao kiệt tác muôn đời.

Mùa thu đừng đi
Đừng để cho mùa đông với bão giông réo gọi
Đừng để cho đất đá ầm ầm rơi
Quê tôi nghèo lắm
Dân tôi hiền lắm.

Hãy êm êm nhè nhẹ
Hãy dìu dịu như ru
Ru cho mùa đông đừng tỉnh giấc
Mùa đông ơi
Hãy ngủ yên cùng với những hung thần giông bão
Hãy ngủ ngoan như đứa trẻ rất ngoan.

Mùa thu ơi
Hãy cứ đến như một tâm hồn nghệ sĩ
Cho lá đổi màu
Cho rừng xào xạc
Và hương thu cứ đẫm tóc ai bay.

Mùa thu đang về đó
Như lá nhớ về cội
Như nước nhớ về nguồn
Như lòng người xa xứ nhớ về quê hương.

Ta đi dưới trời thu
Lòng gởi về bên kia biển Thái Bình Dương
Nghe hồn đất nước âm vang.

Thu 2015

SỢI TƠ VÀNG

Ta đã tìm thấy địa ngục trên đường đến nước Mỹ
Địa ngục
Tối tăm
Lạnh lẽo
Thâm sâu
Không lối thoát!

Ta kêu lên!
Tiếng kêu âm u trong cõi không cùng buốt giá
Không tiếng vang!
Không lời đáp!

Lúc ấy
Đức Phật đi ngang qua và thả xuống một sợi tơ vàng óng ả
Vui mừng khôn xiết
Cảm tạ muôn vàn
Ta níu lấy và leo lên
Leo lên cao
Trần gian bừng sáng
Cuộc sống mới tươi đẹp.

Đức Phật cười hiền hòa như nụ cười của Phật
Giọng từ bi làm tươi mát suốt cõi trần gian:
"Ngươi kiếp trước lo tu dù chỉ là phất phơ
Thôi kiếp này cho ngươi trở lại trần gian làm người.
Hãy tinh tấn tu hành cho đến khi thành tựu."

Tháng 8/2011

NỖI NHỚ

Nỗi nhớ,
Như một thỏi nam châm
Cứ hút mãi ta vào nơi ấy.

Ta nhớ! Ơi là nhớ!
Khuôn mặt Việt Nam da vàng mắt nâu,
Tóc đen màu ám khói,
Tóc huyền như tóc công chúa Huyền Trân.
Nhớ những người láng giềng thân thiện,
Chào nhau mỗi sáng và nói bâng quơ.

Ta nhớ! Ơi là nhớ!
Dáng gầy Việt Nam lưng còng gối mỏi,
Những người mẹ già tóc ngả màu sương,
Ta nhớ những người chân đất mà thương,
Nhớ những con đường ngập khói bụi,
Xóm Bình Lợi thân thương.

Ta nhớ! Ơi là nhớ!
Ánh mắt Việt Nam nụ cười Việt Nam tiếng nói Việt Nam,
Não nuột giọt đàn bầu,
Rộn ràng tiếng hát Quan Họ,
Nỉ non điệu hò Nam Ai trên dòng sông Hương Giang,
Ta nhớ những hồi trống trận Quang Trung hùng dũng,
Vẫn âm vang mỗi khi mùa xuân về.

Ta nhớ! Ơi là nhớ!
Cành đào trước ngõ
Đón chào ta mỗi độ tuổi thay mùa,
Nhớ những con đường dịu dàng lên xuống,
(Cô bé ơi cứ nhẹ bước đến trường)
Ta nhớ đồi cỏ xanh nhớ sương mù buổi sáng,
Nhớ mặt hồ Xuân Hương in nhiều kỷ niệm thân thương...

Nhớ về bên ấy,
Cái nôi của đời người không dễ gì từ bỏ.
Hãy giữ giùm ta hồn sông núi Việt Nam ơi!

Tháng 8/2011

Ở NƠI NGƯỜI KHÔNG CÓ MẶT

Người vẫn hiện diện ở nơi Người không có mặt
Bach Mozart Beethoven Schumann Chopin và nhiều nữa
Vẫn thì thầm bên ta mỗi ngày
Và mỗi ngày
Vẫn rực rỡ trong những phòng tranh những viện bảo tàng khắp đó đây
Michelangelo Rembrandt Renoir Monet...
Vẫn sừng sững trong nhiều trường đại học
Trong sân cỏ trong phòng khách trong tâm tưởng của những người mà trí tuệ vẫn còn tỉnh táo
Rodin Le Penseur ngự trị
Và Plato Socrates Dante...
Vẫn hoá thân làm người hiền của thế kỷ.

Thượng Đế
Tuy Người không có mặt
Nhưng Người vẫn hiện diện khắp nơi nơi
Vũ trụ vẫn vận hành
Ngày đêm vẫn luân chuyển
Và sự sống vẫn không ngừng ươm mầm biến dịch...

Hãy sống
Như Thượng Đế đang ở quanh ta.

Tháng 7/ 2011

TỔ TÔNG CỦA LOÀI NGƯỜI

Thượng Đế nhân một hôm thanh nhàn dạo quanh
vườn Địa Đàng
Ở đó một bầy khỉ đang chơi trò đu giây dưới
những chùm đào thơm ngất ngây
Ngài rất hài lòng nhìn thấy gia đình khỉ quây
quần đầm ấm bên nhau
Chợt một chú sóc non từ đâu chạy vụt đến mắt
háu háu nhìn trái đào chín mọng
Dừng cuộc chơi
Bầy khỉ kêu lên giận dữ
Và đồng một loạt chúng giương ra những móng
vuốt sắc nhọn đầy đe doạ
Sóc non sợ hãi
Chạy
Đánh mất cả cái bóng của chính mình.

Thượng Đế thở dài
Không mấy vui
Ngài phán:
Thiện cũng là ngươi mà Ác cũng là ngươi
Thôi
Cho đày xuống trần gian làm Người!

Tháng 7/2011

CHIẾC BÓNG THỜI GIAN

Mênh mông, huênh hoang và tàn bạo,
Lùng sục khắp nơi và huỷ diệt tất cả.

Lấy đi màu hồng trên chiếc nơ cài tóc của cô bé con,
Lấy đi vẻ rực sáng trong ánh nhìn của cậu bé,
Vẽ tấm bản đồ thời gian trên mặt cô gái trẻ,
Và lấy hết nhựa sống trong từng đường gân thớ thịt của bạn.

Thổi bay hết màu hồng màu xanh màu đỏ,
Chỉ để lại màu vàng úa tàn phai.
Hoa lá rụng rơi tơi tả
Hoang dại lang thang cùng cát bụi.

Một ngày cuối Đông cái bóng lầm lũi đi
Dáng buồn bã
Đi khắp rừng hoang ngõ vắng,
Đi khắp đồi núi thung lũng.
Và trong gió tuyết lạnh lùng
Chừng như khóc,
Những giọt tuyết rơi lả chã.
Cái bóng cúi xuống vỗ từng gốc cây, mạch đất:
Ngủ ngon nhé,
Sáng mai thức dậy hãy lớn nhanh.

Từ cánh rừng trước mặt
Vang lên
Khúc hoà tấu Mùa Xuân của Vivaldi.

Mùa Đông 2011

THƠ TẶNG NGƯỜI

Tôi đã trở về
Sau những ngày xa xứ chơi vơi.

Người còn đó không?
Tôi đi tìm Người,
Từ những trò chơi của thời thơ ấu
Nhảy dây nhảy lò cò
Tóc rối tung bay trong sân trường Gia Hội.

Tôi đi tìm Người,
Cơn gió trên sông Hương có còn những chiều xao xuyến?
Nước ngập đường đi
Những ngày bão lụt
Gia Hội Chùa Bà Đập Đá Kim Long
Núi Ngự Bình chùa Thiên Mụ
Lăng tẩm hoàng cung
Người còn đó không?

Tôi đi tìm Người,
Từ những giọt sương trên bờ thành Hoa Lư cổ kính rêu phong,
Từ những dấu tích của Thánh Gióng để lại ở Sóc Sơn Làng Cháy,
Những đốt tre đằng ngà lấp lánh ánh hào quang.

Người còn đó không?
Nàng Tô Thị bạc đầu vì sương gió,
Hóa đá chờ chồng vì nước hy sinh.
Người ơi! Hãy trở về
Giải oan cho Thiếu Phụ Nam Xương
Ba năm mòn mỏi,
Nuôi con thơ với chiếc bóng của chính mình,
Sao Người không hiểu?

Người còn đó không?
Hận Sông Gianh hận sông Bến Hải
Vì ai bờ cõi phân ly?
Sông Hiền Lương bên bồi bên lở
Nằm xuống rồi xin Người xóa bỏ hận thù.
Ải Nam Quan mũi Cà Mau
Ai còn ai mất?
Người trở về sao Người vẫn xót xa?
Sông Như Nguyệt sông Bạch Đằng
Gò Đống Đa đất Lam Sơn...
Hồn thiêng Người còn đó,
Giữ gìn Quê Mẹ Quê Cha.

Người ơi!
Một bài thơ dâng Người,
Như bài Thơ Thần của Lý Thường Kiệt,
Như bài văn Đuổi Cá Sấu của Nguyễn Thuyên.
Một khúc nhạc dâng Người
Như khúc ca Khải Hoàn Mùa Xuân Đại Thắng
năm Kỷ Dậu
Một bảy tám chín.

Dâng lên Người
Người hãy còn đó
Người hãy trở về
Người hãy vui hãy quên, hân hoan chào đón...

Đất nước này mong mãi được yên vui.

Tháng 5/2014

NARCISSUS

Chỉ nhìn thấy mình và chỉ yêu chính mình
Chỉ nhìn thấy cái bóng của mình và say mê chính mình.
Và chết
Ôm lấy cái bóng của chính mình.
Và chết
Chìm vào cõi giá băng lạnh lẽo.
Đơn độc. Phù du. Một cuộc sống.

Ơi đoá hoa vô tình
Chớ vội tàn
Sắc màu đừng phai.
Hương của hoa,
Hay chút tình muộn màng của nàng Echo còn mãi?
Còn vương trong cơn gió tình yêu thần thoại
Tiếng Vang còn vọng suốt cõi trần gian
Mang nỗi cảm hoài một cuộc tình muôn thuở chưa hề phai.

Hoa là người
Hay người lại là Hoa?
Con đường nào đi lên để tìm thấy chính mình?
Một cái Ta thật sự là Ta
Không phải là cái bóng.
Một cái Ta không tan vào bóng tối
Không tan vào băng giá lạnh căm.

Một cái Ta chan hoà ánh quang minh bất tận,
Ở chốn hoa Thuỷ Tiên vẫn luôn luôn rực rỡ,
Có hề chi mùa xuân đến rồi đi.

Xuân 2013

KHÓC TĂNG BẠT HỔ

Trời đất bỡn cợt anh hùng sao?
Mười tám tuổi đã tỏ mặt anh hào
Đất nước đổ máu đào
Anh hùng tuôn đổ lệ.

Ai bạt hổ đến khóc ở Xiêm?
Ai khóc ở Trung quốc?
Lại khóc ở Nga
Ai đùng đùng đến Đông Kinh mà khóc lớn?
Giữa buổi đại yến mừng thắng trận
Rượu sake chưa say
Ai đã say vì tình Tổ Quốc?
Giữa đất Phù Tang
Làm rạng danh nòi giống da vàng.

Tạo hoá đố kỵ tài năng sao?
Sao đã để cơn gió Đông Du ào ạt thổi
Lại để cho cơn gió Thu cuốn dòng lệ tuôn trào?
Giữa dòng Hương Giang
Một chiếc thuyền nan
Nát tan gan vàng
Hồn thiêng còn lưu luyến đất Thần Kinh.

Huế 2016

ĐÔI MẮT MEDUSA

(Thân tặng Trúc Như và những ai dám nhìn thẳng vào đôi mắt Medusa mà không sợ bị hóa đá.)

Medusa,
Nàng là Thần Nữ xinh đẹp,
Xuống trần chịu nỗi oan,
Còn hơn oan Thị Kính.

Không phải là rắn,
Sao nàng có thể làm cho người ta kinh sợ?
Không phải là đá,
Sao nàng có thể biến người ta thành đá?

Medusa,
Đôi mắt nàng là một không gian rộng mở,
Cho những ai dũng cảm bước vào,
Xây dựng đời mình thành cuộc sống muôn màu,
Biến sỏi đá thành hoa tươi mật ngọt,
Biến cơ cực thành ấm no hạnh phúc,
Biến khó khăn thành lâu đài trí tuệ,
Biến trần gian thành cuộc sống ấm nồng.

Ta nhìn trong mắt nàng
Thấy cuộc sống tuôn tràn,
Ngọt ngào cay đắng,
Xinh tươi rực rỡ,
Dữ dội huy hoàng,
Trùng trùng thách thức.
Mắt nàng lấp lánh đủ bảy sắc cầu vồng.

Người,
Đã đi vào thế giới Medusa,
Kiến tạo một cuộc sống rực hồng,
Giải oan cho thần nữ
Medusa.

San Jose, 2014

NẮNG SÀI GÒN

Nắng Sài Gòn,
Nắng miền nhiệt đới,
Ấm,
Nồng.

Nắng Sài Gòn,
Nắng mới xôn xao,
Rực hoa nắng nở,
Rực rỡ ước mơ,
Rực niềm vui,
Em bé tung tăng bước đến trường.

Nắng Sài Gòn,
Tháng tư đổ lửa,
Đổ khói bụi trên đường,
Đổ giọt mồ hôi,
Giữa những ngôi nhà cao tầng xây vội,
Người thợ xây đang còng lưng giữa nắng.

Nắng Sài Gòn,
Ta nhớ vườn lan trên cao,
Sân thượng rực nắng,
Có người mẹ già ngồi đếm từng giọt nắng,
Đếm từng cánh hoa rơi,
Thời gian trôi hững hờ.

Nắng Sài Gòn,
Ta nhớ bạn bè,
Nhớ người hàng xóm thân quen,
Nhớ dòng chảy xe cộ nối đuôi nhau rộn ràng,
Nhớ tiếng mì gõ,
Nhớ tiếng rao đêm,
Nhớ con hẻm nhỏ ngọn gió buồn ngẩn ngơ.

Nắng Sài gòn,
Nắng rồi lại nắng.
Nắng ơi!
Ta nhớ nắng Sài Gòn.

San Jose, chiều mưa 2015

ROSETTA VÀ PHILAE

Rosetta
Nàng không có đôi cánh màu trắng thiên thần
Đôi cánh của nàng được dệt bằng vẻ rực sáng Corpenic
lấy từ ánh mặt trời
Ước mơ của Galileo lấp lánh giữa muôn vạn vì sao.
Đôi cánh của Icarus được thay bằng chất xám của các nhà khoa học,
Thắp sáng đêm đêm trong phòng thí nghiệm,
Miệt mài hăng say.

Rosetta trong chuyến bay mười năm trời,
Thả Philae con chim nhỏ chạm cánh sao chổi 67p
Giấc mơ của Carl Wiztanen bùng cháy
Và cả Châu Âu vui mừng mở hội.
Trong tiếng cười và giọt nước mắt mừng vui
Ta vẫn nghe một nỗi đau ngậm ngùi
Của Galileo từ thế kỷ mười bảy.

Niềm vui hôm nay nhớ chuyến bay xưa
Curiosity đã khám phá Sao Hỏa
Hành tinh Đỏ chẳng còn xa lạ,
Mở ra nhiều hứng thú bất ngờ.
Những dòng chảy lớp lớp những dòng chảy,
"Có linh hồn nào lẩn khuất ở đó không?"
Tín hiệu dò tìm lên tiếng gọi.
Im lặng!
Chỉ có tiếng thời gian thở dài!
Và Pluto hành tinh nhỏ,
Có phải đó là xứ sở của những câu chuyện thần tiên
Một ngày dài bằng ngàn ngày ở trái đất?

Vũ trụ muôn màu đang lên tiếng gọi xôn xao!
Một quê hương mới đang lấp lánh ở trời sao
Mời nhân loại bước vào kỷ nguyên mới,
Kỷ nguyên xuyên hành tinh diệu kỳ.

Tháng 12/2014

VẼ THẾ GIAN

Tâm như nhà hoạ sư
Hay vẽ những thế gian.
- Kinh Hoa Nghiêm -

Thức dậy là bắt đầu một ngày bận rộn của chàng hoạ sĩ tài hoa,
Chàng bắt đầu vẽ,
Chàng vẽ miệt mài say mê không ngừng nghỉ.
Chàng vẽ cuộc sống
Vẽ những nỗi buồn vui sướng khổ
Hy vọng tuyệt vọng ân oán hận thù.
Chàng chăm chỉ vẽ,
Chàng vẽ từ quá khứ vẽ đến tương lai,
Vẽ cả thiên đường vẽ địa ngục.
Trái tim ta cũng đập theo từng nhịp
Lảo đảo liên điên
Thần hồn nát thần tính
Mê lầm lạc lối ta không còn là ta.
Không còn là ta như từ thuở sơ khai,
Không còn là ta như từ lúc mới chào đời,
Hồn nhiên như cây cỏ
Như ánh mặt trời rực sáng lúc bình minh.
Không còn là ta
Hồn thênh thang như hoa xuân đang nở,
Hoàn thiện mình trong từng khoảnh khắc trôi qua.

Chàng hoạ sĩ ơi thôi đừng vẽ.
Hãy định tĩnh.
Hãy lặng im.
Học cách im lặng của nước chảy mãi lòng vẫn sáng trong.
Học cách kham nhẫn của đất chỉ biết cho không giữ lấy riêng mình.
Hãy định tâm
Để vẽ ra những chuyện tốt lành.
Vẽ tình thương vẽ nụ cười vẽ cuộc sống yên bình,
Vẽ lòng khoan dung nhân từ độ lượng bao la,
Vẽ lòng tin vẽ con vượn biết đứng lặng im.
Để ta được dẫn dắt đi trên con đường mới,
Con đường dẫn đến chân tâm sáng ngời.
Con đường rực sáng ánh quang minh bất tận.

Con đường ta tìm thấy Ta
Giữa muôn trùng bao la.

Tháng 1/2013

MẸ

Mẹ!
Ở cùng tôi
Ở trong tôi sâu thẳm
Như mạch ngầm tuôn chảy thiên thu.

Mẹ là lời ru từ thuở còn nằm nôi
Là cơn gió thổi cánh diều chao đảo
Mẹ là niềm vui
Như tiếng hò câu hát
Những đêm trăng hạt gạo trắng ngần
Là niềm yêu thương dạt dào câu ca Quan Họ
Là niềm tin yêu rộn rã giữa trời xuân.

Mẹ hân hoan trong muôn vạn lời ca
Mẹ nỗi đau
Nỗi buồn trong từng câu thơ trang sách
Trong từng trang sử bi thương
Nỗi đắng cay Mẹ khổ nhục trăm bề
Nỗi bẽ bàng đời dâu bể trái ngang
Mẹ có bao giờ vui?
Ấm no?
Hạnh phúc?

Mẹ là nỗi đau chìm khuất biển sâu
Giờ biển mất
Bờ tan
Nát đá
Tan vàng
Từng mảnh hồn ly tán
Biết tìm mẹ nơi đâu?
Mẹ bần hàn cơ cực ai kêu?
Mẹ quằn quoại ngàn nỗi đau oan trái!
Mẹ có vui khi Tết đến xuân về?

Mẹ!
Quê hương ơi!
Ngàn xưa ấy... Bây giờ...? Và Mai sau...?

Xuân 2018

BIỂN ĐAU

(Cảm tác từ bức tranh Flight for Freedom của Luật Sư Bùi Chánh Thời và họa bài thơ Biển Đau của nhà thơ Trần Đình Sơn Cước.)

Từng cánh từng cánh
Hoa hồng rụng
Hoa cau cũng rụng
Hoa bưởi lặng lẽ cúi đầu.

Em ra đi như cơn gió lùa qua vách núi đá chập chùng mũi nhọn
Cơn bão đời lay động
Bão biển ầm ào ngàn trùng khơi.

Em ra đi
Từ giã vòng tay quấn quýt mẹ hiền
Từ giã vòng lửa ấm nồng hơi thở của cha

Em ra đi
Từ giã ngôi nhà che chở bình yên
Nôi hồng lặng lẽ

Em ra đi
Như cánh chim hồng bay về phương nam
Ánh sáng bừng chiếu từ phía trời phương đông
Lòng trào dâng bừng bừng như sóng cuộn
Ngọn lửa trong tim rừng rực cháy
Em ra đi
Mang theo bầu trời ước mơ dấu trong từng cuộn sóng
Ước vọng thanh xuân ấp ủ trên trăng sao
Gởi tuổi thanh xuân trên nền hy vọng
Ngạt ngào hương xuân tuổi thần tiên

Rồi
Em đi
Đóa hồng chưa kịp nở
Đóa hồng rụng
Hoa cau cũng rụng
Hoa bưởi lặng lẽ cúi đầu

Biển rùng mình dậy sóng
Biển quặn đau

Sóng vỗ bờ
Sóng xô bờ
Sóng bạc đầu nức nở

Mẹ ngồi huơ tay trong thinh không
Ôm hồn con buốt lạnh
Mẹ ngồi ru con như huyền thoại
Òa vỡ trùng trùng điệp khúc của đại dương.

Cha ngồi nặn hình con trong thầm lặng
Chút hình hài còn vương vấn trong cơn bão trần gian

Ôi! Cánh hồng trong bão tố!
Những cánh hồng chìm đắm biển đau!

San Jose 2019

STARRY, STARRY NIGHT*

Người là thiên tài.
Hân hoan nhận vòng nguyệt quế trên đỉnh Olympia?
Hay người là một ngôi sao?
Rơi
Rơi
Quay vòng nhân thế
Chờ hết kiếp
Trầm luân
Quay về cõi trời quê cũ!

Bàn tay của người
Nét vẽ của người
Đã khắc chạm từng phút giây vĩnh cửu
Những cánh đồng lúa vàng uốn lượn trong gió
Những con đường người đã đi qua
Những khuôn mặt người đã gặp
Những chiếc lưng còng
Những cây cuốc nặng
Người đàn ông khốn khổ...
Như khắc chạm vào trái tim rỉ máu
Như khắc chạm vào linh hồn thế kỷ
Một nỗi đau đời
Một nỗi đam mê muốn nói thành lời
Một thông điệp bị chối từ
Người muốn gởi đến cho mai sau.

Chôn nỗi đau vào tận cùng bản thể
Vào cõi thiên thu!
Rồi
Sống lại với đời
Người trở thành thiên tài
Bất diệt.
Một sự cợt đùa của số phận?
Hay của lòng người tăm tối trớ trêu?

Chạm đỉnh vinh quang
Hay chạm đỉnh phù vân?
Tượng đồng đen thân quen nơi góc đường người từng đặt giá vẽ
Bảo tàng xanh
Hoa Hướng Dương rực nắng
Chen lẫn giữa những đoàn người đi tìm linh hồn kẻ bất tử
Người có biết có hay?
Nỗi đau thiên cổ còn không
Giữa ngàn sao vẫn đêm đêm thắp sáng tên người?
Starry, Starry Night
Vincent Van Gogh.

Tháng 2/2018

* Câu mở đầu trong bài hát Vincent của Don Mclean.

CÂY HOA ĐỘC CẦN

Ơi! Cây hoa độc cần
Đừng ươm nụ
Đừng vội đơm hoa
Đừng kết trái.

Mùa xuân ơi!
Xin đừng đến vội
Và hãy chầm chậm trôi
Chớ hối hả như mùa xuân thiếu nữ.
Và chiếc tàu từ Delos không đến không đi
Gió cứ thổi cho thần Apollo mắc cạn.

Người đã ở đó,
Dưới bóng năm trăm cây cần độc
Chiêm nghiệm chính mình
Chiêm nghiệm cuộc đời.

Mùa hè đã đi qua
Cây hoa độc cần đã chết.
Người vẫn ở đó
Dưới ma lực của năm trăm cây cần độc.

Người nằm đó
Chân đã lạnh
Thân đã cứng
Máu đã đông!

Chết,
Người nói,
Là để bảo toàn chân giá trị của cuộc sống.

Chết,
Người nói,
Là linh hồn nhẹ bổng bay lên
Lìa thân xác.

Người nói
Người nói…
Trong hơi thở cuối cùng.

Người đã chết!
Xác thân thành cát bụi
Linh hồn người sương khói mãi còn đây.
Mãi còn đây,
Những nghịch lý lạ lùng
Con đường đạo lý mới thật là kỳ diệu
Và những lời người giảng truyền
Minh Triết.

Ta chỉ biết một điều là ta không biết gì
Và những câu hỏi, và những câu hỏi và những câu hỏi…
Socrates!

Texas, 21/3/2021
Ngày Thơ Thế Giới.

Phụ lục
NHẠC

Bên kia bờ cỏ xanh

Nhạc: Tôn-Thất Lan
Thơ: Cao Thu Cúc

Ngày mới ở bên kia đồi bên kia bờ cỏ xanh bên kia vách núi. Ngày mới ở bên kia bờ đại dương bên kia chân trời bên kia bóng đen bên kia đêm trừ tịch bên kia bờ bình yên... Tôi phải lên đường để đón ngày mới vượt qua bao tháng ngày năm cũ ý tưởng cũ và cảm xúc cũ vượt qua bóng đêm thời hồng hoang tiền sử. Qua suy tư hố hầm không tên. Qua trùng trùng những nhàm chán đong đưa tuyệt vọng Những gì không nghĩ tưởng qua bao nhiêu núi đồi thung lũng qua bão táp nắng rám mưa sa...

© Tôn-Thất Lan

Liên lạc Tác giả
Cao Thu Cúc
cucthcao@gmail.com

Liên lạc Nhà xuất bản
Nhân Ảnh
han.le3359@gmail.com
(408) 722- 5626

www.ingramcontent.com/pod-product-compliance
Lightning Source LLC
Chambersburg PA
CBHW021425070526
44577CB00001B/70